外国人技能実習生・特定技能外国人必携

Mahalagang Gabay para sa mga *Technical Intern Trainees* at *Specified Skilled Workers*

日本の生活案内

Gabay ng Pamumuhay sa Japan

JN124702

は じ め に

　外国人技能実習生や特定技能外国人の皆さんは、日本に入国した後、それぞれの地域で３年や５年といったある程度の長い期間、市民として暮らすことになります。

　皆さんはその地域で職場の同僚や先輩、地域の住民等と知り合い生活していくことになりますが、母国と日本の風土や、文化、社会のルールや生活習慣、マナー・エチケット等の違いにしばしば戸惑うこともあると思います。

　この本は、初めて日本で生活する外国人技能実習生や特定技能外国人の皆さんが、日常生活や職場において快適な生活を送るために必要なルールや生活習慣などの情報を掲載したガイドブックです。過去に来日・滞在した技能実習生のトラブル事例などを踏まえて内容を取りまとめています。

　この本で日本における一般的な社会ルールや行動様式などの知識を学んでいただき、実際の生活に役立ててもらえれば幸いです。なお、法令によるルールには必ず従うのは当然ですが、生活習慣やマナー・エチケット等は地域によって異なることもありますので、職場の人に尋ねるなどして確認してください。

　皆さんの日本での生活が楽しく意義のあるものとなることを切に願っています。

2021 年（令和 3 年）1 月
公益財団法人　国際人材協力機構

Paunang Salita

Pagdating mo sa Japan bilang isang teknikal na nagsasanay o manggagawang may tukoy na kasanayan (*technical intern trainee* o *specified skilled worker*), ikaw ay magta-trabaho nang tatlo o limang taon habang namumuhay bilang isang mamamayan sa Japan.

Habang namumuhay kasama ang iyong mga kasamahan, lokal na residente, at mga kakilala, malamang na maguluhan ka sa mga pagkakaiba sa klima, kultura, panuntunan sa lipunan, pang-araw-araw na pamamaraan, kaugalian, at kabutihang asal kung ihahambing sa iyong pinagmulang bansa.

Ang gabay na aklat na ito ay may kasamang kaalaman tungkol sa mga panuntunan at pang-araw-araw na pamamaraan na kailangan ng mga teknikal na nagsasanay o manggagawang may tukoy na kasanayan upang ikalugod nila ang maginhawang buhay sa tahanan at trabaho sa unang pagdating pa lamang nila sa Japan. Ang mga kaalamang ito ay may kasama ring ilang halimbawa ng mga problemang naharap na ng mga datihang *technical interns*.

Inaasahan naming ang mga pangkalahatang panuntunan sa lipunan at kaugaliang nasasaad sa gabay na aklat na ito ay makatulong sa iyong pamumuhay dito. Kahit na kailangan mong sundin ang batas nang walang alinlangan, ang mga pang-araw-araw na pamamaraan, kaugalian, at kabutihang asal ay maaaring kaiba depende sa rehiyon, kaya't mangyaring makipag-ugnayan sa mga tao sa lugar ng iyong trabaho.

Lubos kaming umaasa na magiging kalugod-lugod at makahulugan ang iyong karanasan sa Japan.

Enero 2021

Japan International Trainee & Skilled Worker Cooperation Organization

目　　　　次

Mga Nilalaman

1. 日本の気候風土

　日本は、四方を海に囲まれた南北に細長い島国で、国土の7割ほどが山地です。
　北と南の地域では寒暖差があるほか、温帯で春夏秋冬の四季があります。そのため夏は摂氏30度（℃）を越えて蒸し暑く、冬は0℃以下になるところもあります。
　水資源に恵まれる火山帯であり、全国各地に温泉が湧き出していることで古くから温泉文化が根付いています。またこのような地形と気候から、地域ごとに多様な景観や食べ物、土地の文化を持っています。

（1）気温への対策

　日本は四季が比較的はっきりとしており、自然は季節に合わせ4つの顔を見せてくれます。おおよそ3ヵ月ごとに季節が移っていき、だいたい「春」は3〜5月、「夏」は6〜8月、「秋」は9〜11月、「冬」は12〜2月と区切られます。

　四季の変化については皆さん自身で体感することになりますが、日本は年間気温が非常に大きく変化しやすいという点に注意する必要があります。

　特に夏場の暑さ対策と冬場の寒さ対策は、日々の健康を維持する上で非常に大切です。夏は日差しや暑さによる熱中症、冬は寒さや乾燥による風邪やインフルエンザに注意が必要となります。

　地域により対策に若干の違いがありますが、住居への冷暖房機器の設置、気温に合わせた衣類の用意は必要です。宿泊施設の大半は冷暖房機器が備え付けられていると思われますが、もし設置がないときは生活指導員や支援担当者に相談してみてください。

1. Panahon at Klima sa Japan

Ang Japan ay isang mahaba at makitid na islang bayan mula sa kanluran patimog. Napapaligiran ito ng karagatan sa lahat ng panig, at halos 70% ng kalupaan ay bulubundukin.

Bukod sa pagkakaiba sa temperatura sa mga rehiyon sa hilaga at timog, mayroon ding apat na panahon sa Japan: tagsibol, tag-araw o tag-init, taglagas, at taglamig. Ang temperatura ay maaaring humigit sa 30 digris (°C) sa panahon ng maalinsangan at mainit na tag-araw, at sa ibang lugar ay maaaring bumaba sa 0°C sa panahon ng taglamig.

Ang maraming pinagkukunang yamang-tubig, ilang lugar na maraming bulkan, at maraming mainit na bukal sa Japan ay naglikha ng kulturang nag-uugat sa mainit na bukal mula pa noong unang panahon. Ang iba't-ibang heograpiya at klima ay nagbunga ng katangi-tanging tanawin, pagkain, at lokal na kultura.

(1) Pangangalaga ng iyong sarili laban sa klima

Mayroong apat na panahon o klima sa bansang Hapon at ang bawat isa ay may sariling mukha. Ang bawat panahon ay nagtatagal ng mga tatlong buwan. Sa pangkalahatan, ang tagsibol ay mula Marso hanggang Mayo, tag-init o tag-araw mula Hunyo hanggang Agosto, taglagas mula Setyembre hanggang Nobyembre, at taglamig mula Disyembre hanggang Pebrero.

Bagama't ang bawat isa ay nakakaranas ng pagbabago ng panahon sa iba't-ibang paraan, mabuting tandaan na ang taunang temperatura sa Japan ay madalas na nagbabago nang lubusan.

Napakahalagang alagaan ang iyong sarili sa init ng tag-araw at ginaw ng taglamig upang mapanatili ang iyong pang-araw-araw na kalusugan. Ang init ng araw sa tag-init ay maaaring magdulot ng heat stroke, at ang maginaw at tuyong hangin sa taglamig ay maaaring magdulot ng sipon at trangkaso.

Ang bawat pook ay may bahagyang pagkakaiba sa pagharap sa panahon, kung saan ang ilang tahanan ay nangangailangan ng pampalamig at pampaiinit na kagamitan, at sa ibang kalagayan, ang mga tao ay kailangang magsuot ng iba't-ibang uri ng pananamit. Karamihan sa tirahan ay may pampalamig at pampainit na kagamitan, ngunit kung wala, makipag-ugnayan sa iyong *daily life supervisor* o *support manager*.

次の表は日本の主要都市の年間月別平均気温を示したものです。地域や季節による寒暖差の参考にしてください。なお、日本の温度表示は基本的に摂氏（℃）を使用します。

摂氏（℃）と華氏（℉）の温度換算

摂氏（℃）	0	10	20	30	40	50	60	70	80	90	100
華氏（℉）	32	50	68	86	104	122	140	158	176	194	212

＊ 摂氏とは水の氷点を0度、沸点を100度とした温度基準です。

主要都市の月別平均気温（気象庁ホームページより）

	1月	2月	3月	4月	5月	6月	7月	8月	9月	10月	11月	12月
札幌	−2.6	−4.2	2.4	8.2	13.4	16.6	21.4	21.2	18.9	13.0	6.4	−1.0
仙台	1.4	1.4	7.5	12.5	17.0	20.3	25.5	24.9	20.8	16.5	10.7	4.3
新潟	1.7	1.4	7.5	12.7	17.0	21.1	27.4	26.6	21.8	17.2	11.6	5.9
東京	4.7	5.4	11.5	17.0	19.8	22.4	28.3	28.1	22.9	19.1	14.0	8.3
名古屋	3.8	4.7	11.2	16.5	19.8	23.4	29.3	29.7	23.6	18.9	13.8	8.1
大阪	5.0	5.3	11.5	16.9	20.1	23.4	29.5	29.7	24.1	19.7	14.6	9.4
広島	4.3	4.7	10.9	16.2	19.8	23.1	29.1	29.8	23.7	18.5	13.3	8.5
高松	4.7	4.8	10.5	16.1	19.7	22.9	29.1	29.7	24.1	19.1	13.5	9.2
福岡	5.7	6.2	11.9	17.1	20.8	23.7	28.7	30.0	24.8	19.1	14.3	10.2

（2）天気予報

多くの日本人は毎日、天気予報を見ます。

テレビでは朝晩のニュースの時間帯に天気予報が流れます（テレビ番組欄では囲と表示されています）。また、気象予報のホームページなどで情報が配信されています。新聞にも必ず掲載されています。

天気予報では、1日の最高気温と最低気温、半日ごとの天気（晴、曇、雨等）の移り変わり、降水確率、風の向きと強さ、波の高さ、異常乾燥や雷注意といった局地的な異常気象が発生する可能性があるときは注意報、警報の情報を出します。毎日、予報を確認し、天気に備えて出かける習慣を身につけて下さい。

雨や雪については降水確率を参考にします。降水確率とは、予報する時間帯に1mm以上の雨または雪の降る確率を予測したものです。例えば、降水確率70%は、同じ気圧配置の状況が10回あったうち、7回は雨や雪が降ったということを意味します。

Ang sumusunod na talaan ay nagpapakita ng buwanang temperatura sa mga pangunahing lungsod sa Japan. Suriin ito at tingnan ang mga pagkakaiba ng temperatura sa bawat pook sa bawat panahon. Tandaang ang temperatura sa Japan ay kadalasang nakatala sa antas Sentigrado o Celsius (°C).

[Tala ng Antas Sentigrado at Parenhayt]

°C	0	10	20	30	40	50	60	70	80	90	100
°F	32	50	68	86	104	122	140	158	176	194	212

* Ang antas Sentigrado o Celsius ay pagsukat ng temperatura sa isang pamantayan kung saan ang 0°C ay temperatura ng nagyeyelong tubig, at ang 100°C naman ay kumukulong tubig.

Pangkaraniwang temperatura bawat buwan sa mga malalaking lungsod sa Japan (mula sa website ng Japan Meteorological Agency)

	Enero	Pebrero	Marso	Abril	Mayo	Hunyo	Hulyo	Agosto	Setyembre	Oktubre	Nobyembre	Disyembre
Sapporo	-2.6	-4.2	2.4	8.2	13.4	16.6	21.4	21.2	18.9	13.0	6.4	-1.0
Sendai	1.4	1.4	7.5	12.5	17.0	20.3	25.5	24.9	20.8	16.5	10.7	4.3
Niigata	1.7	1.4	7.5	12.7	17.0	21.1	27.4	26.6	21.8	17.2	11.6	5.9
Tokyo	4.7	5.4	11.5	17.0	19.8	22.4	28.3	28.1	22.9	19.1	14.0	8.3
Nagoya	3.8	4.7	11.2	16.5	19.8	23.4	29.3	29.7	23.6	18.9	13.8	8.1
Osaka	5.0	5.3	11.5	16.9	20.1	23.4	29.5	29.7	24.1	19.7	14.6	9.4
Hiroshima	4.3	4.7	10.9	16.2	19.8	23.1	29.1	29.8	23.7	18.5	13.3	8.5
Takamatsu	4.7	4.8	10.5	16.1	19.7	22.9	29.1	29.7	24.1	19.1	13.5	9.2
Fukuoka	5.7	6.2	11.9	17.1	20.8	23.7	28.7	30.0	24.8	19.1	14.3	10.2

(2) Ulat-panahon

Maraming mga Hapon ang nagsusuri ng ulat-panahon araw-araw.

Ang ulat-panahon ay nakatala sa balita sa telebisyon sa umaga at sa gabi (Ang 天 na tanda ay nakatala sa mga programa sa telebisyon at mga pahayagan). Ang mga ulat-panahon ay makikita rin sa website ng Japan Meteorological Agency. Ang mga ulat-panahon ay palagi ring nasa mga pahayagan.

Ang ulat-panahon ay nagbibigay ng maraming kaalaman kasama na ang pinakamataas at pinakamababang temperatura sa araw, pagbabago sa panahon (mainit, maulap, maulan, atbp.) sa bawat kalahating araw, ganundin din ang mga anunsyo at babala tungkol sa hindi normal at naisalokal na takda ng panahon, tulad ng posibilidad ng pag-ulan, lakas at direksyon ng hangin, taas ng alon, di-pangkaraniwang pagkatuyo ng hangin, kidlat, atbp. Ugaliing alamin ang ulat-panahon sa araw-araw upang maihanda mo ang iyong sarili.

Para sa ulan at niyebe, suriin ang porsyento ng ulan. Ito ay pagtataya ng probabilidad ng ulan o pagpatak ng niyebe ng 1 milimetro o higit pa sa tiyak na tagal ng panahon. Halimbawa, ang tinatayang probabilidad ng ulan na 70% ay nangangahulugang maaaring umulan o mag-niyebe nang pito sa sampung beses ng lakas ng patak nito ang naitala.

日本の雨（季節や地域によっては雪）は１日中降り続くことも少なくありません。また、地域によっては雷雨や局地的な大雨に見舞われることもあり、降雨量が大変多くなるところがあります。雨に濡れると体温を奪われ、風邪を引くなど体調を崩す原因になります。雨や雪の予報の日は、必ず傘など雨具の準備をしてから家を出ましょう。

気圧配置図と新聞の天気予報イメージ

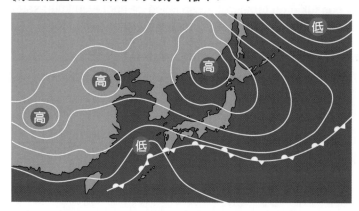 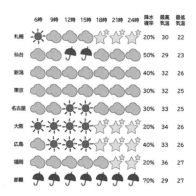

（3）衣替え（ころもがえ）

日本のように寒暖差の大きい国では気温に合わせた衣服の準備が大切です。季節が移り変わる時期は、気温の変化の幅が大きくなります。

移り変わりの時期に普段着る衣類を次の季節のものに入れ替えることを「衣替え（ころもがえ）」といいます。

例えば、夏から秋に季節が移る頃には、半袖のシャツなど夏物衣料をしまって、日々使う衣類タンスに長袖のシャツなどの秋物衣料を入れます。

しまおうとする衣類を翌年の同じ時期にまた着ようとするときは、単に衣類を入れ替えるだけでなく、来期に気持ちよく使えるよう、洗濯などの衣類メンテナンスをすることが重要です。

下着類はよく洗濯・乾燥し、形を整えてしまってください。衣類を保存するときは防虫剤や湿気防止剤などを使うとよいでしょう。

また、上着類はクリーニングを利用すると汚れもよく落ち、型崩れや色あせも防げます。

日本のクリーニング技術は高度ですが、それほど高い利用料ではありませんので、ジャケットやコートなど長持ちさせたい衣類があるときは、衣替えの時期にぜひ、近くのクリーニング店を利用してみて下さい。

Hindi bihirang ang ulan (o niyebe sa ilang panahon o rehiyon) na patuloy na pumatak sa maghapon. Ganundin, ang ilang lugar ay maaaring makaranas ng kulog at pabugso-bugsong pagbuhos ng ulan. Ang temperatura ng iyong katawan ay maaaring bumaba kung ikaw ay mabasa ng ulan, at maging sanhi ng pagkakaroon ng sipon o anumang sakit. Kung may nag-aambang ulan o niyebe, siguraduhing magdala ng payong o kapote bago umalis ng bahay.

Halimbawa ng mapa ng lakas ng hangin at ulat-panahon sa pahayagan

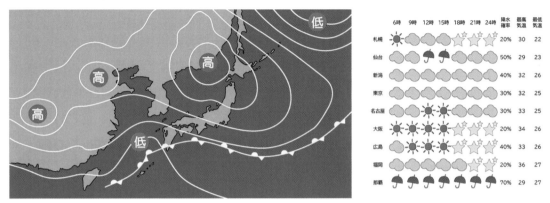

(3) Pagpapalit ng napapanahong damit

Kung nakatira ka sa isang bansang tulad ng Japan, kung saan ang temperatura ay maaaring magbago nang lubusan, mahalagang magpalit ng napapanahong damit ayon sa temperatura. Kapag nagbabago ang panahon, maaaring magpabago-bago nang lubos ang temperatura.

Ang pagpapalit ng damit para sa susunod na pagpapalit ng panahon ay tinatawag na *koromogae* sa Japan.

Halimbawa, kapag nagpapalit na ang tag-init sa taglagas, itatago mo muna ang mga damit mong pang-tag-init tulad ng mga kamisetang may maigsing manggas, at ilalagay mo ang mga kamisetang may mahabang manggas at iba pang pang-taglagas na damit sa iyong aparador.

Kapag ilalabas mo na ang mga damit para sa parehong panahon sa susunod na taon, mahalagang labhan muna ang mga ito upang luminis at maging maginhawang isuot, sa halip na basta na lamang isuot ang mga ito.

Tiyaking lubusang labhan at patuyuin ang mga panloob na damit at maayos na itupi ang mga ito. Mainam ding gumamit ng pampatanggal ng insekto at pamprotekta ng damit laban sa kahalumigmigan.

Ang pagdadala ng iyong mga dyaket o kowt sa *dry cleaner* ay nakakapagpatanggal ng mantsa, nakakapagpanatili ng hugis, at nakakapigil ng pagkupas ng mga ito.

Ang mga diskarte sa *dry cleaning* sa Japan ay napakahusay, ngunit hindi masyadong mahal, kaya't subukang dalhin ang iyong mga dyaket, kowt, at iba pang gamit na gusto mong magtagal ang pakinabang sa pinakamalapit na dry cleaner kapag nagpapalit ng napapanahong mga damit.

（4）季節の食材

　食物にはいちばん美味しく栄養たっぷりとなる時期「旬（しゅん）」があります。旬とは自然の中で「ふつうに育てた野菜や果物が収穫できる」時期や、「魚がたくさんとれる」時期のことをいい、食物によってその季節は異なります。例えば、秋のサンマや冬のみかんなどは代表的な旬の食物です。

　旬の野菜、果物、魚などは、その時期に多く市場に出回ることから、価格も比較的安くなります。

　季節から外れた食物は、一般的に旬の時期に比べて高い価格になります。

　日本には優れた栽培技術や保存技術があります。これにより栽培地により異なる収穫時期になるよう生産を調整したり、旬の時期に収穫された農産物や魚介類などのうち生産が過剰となった量を保存に回したりして、不足しがちな時期にも食材の供給ができるようにしています。また、ハウス栽培の農産物や、外国からの輸入食材なども多く市場に出回っています。

　大型スーパーマーケットなどの小売店では、年間を通じて野菜、果物、魚類が豊富に販売されていますが、特に基本的な食材は旬に関係なく一年中扱っています。季節感が分かりにくいところもありますが、日本の食物の旬の時期を知って食を楽しんでみてください。

(4) Mga napapanahong pagkain

May mga panahon kung kailan ang mga natatanging pagkain ay pinakamasarap at pinakamasustansiya. Ang panahong binabanggit dito ay tumutukoy sa bahagi ng taon kung kailan ang mga gulay at prutas na natural na nabuhay ay inaani, o ang mga isda ay nahuhuli, at ang uri ng pagkain ay kakaiba dahil sa panahon. Halimbawa, ilan sa mga sikat na napapanahong pagkain ay ang isdang saury sa taglagas at prutas na dalandan sa taglamig.

Ang mga natatanging gulay, prutas, isda, atbp. ay laganap at medyo mura ang presyo kapag ang mga ito ay nasa panahon.

Ang mga pagkaing wala sa panahon ay pangkaraniwang mas mahal kumpara sa kapag ang mga ito ay nasa panahon.

Ang Japan ay may nangungunang teknolohiya sa paglilinang at pag-iimbak. Dahil dito, maaaring maisaayos ang produksyon upang ang panahon ng pag-aani ay maibatay sa pook, maimbak ang mga dalandan, at mangisda sa tiyak na panahon, at pagkatapos ay itustos ang mga ito kapag kakaunti na lamang ang kalakal. Makikita mo rin sa maraming pamilihan ang mga gulay na pinapatubo sa mga punlaan at yaong mga inaangkat mula sa ibang bansa.

Ang mga pamilihan gaya ng malalaking supermarket ay nagbebenta ng napakaraming uri ng gulay, prutas, at isda sa buong taon, ngunit ang mga pangunahing pagkain at sangkap ay mabibili anumang oras sa buong taon. Maaaring mahirap unawain ang mga panahon, ngunit mas magiging kalugod-lugod sa iyo ang mga pagkain kung matututunan mo ang mga pagkaing napapanahon sa Japan.

8

２．カレンダーと年中行事

　日本の暦は太陽暦を使っており、１年は１月１日から12月31日までの365日または366日（閏（うるう）年）です。また行政や企業の会計、学校などでは４月１日から翌年３月31日を１年とした年度区切りが多く用いられています。

　文書の表記などには西欧をはじめ世界で広く用いられている西暦を使用しています。また、日本独自の年号を用いた暦である「和暦」（例：令和元年など）も併せて使われています。

（１）日本の祝日

　日本の祝日は「国民の祝日に関する法律」によって定められていて、年間で16日あります。勤め先にもよりますが、基本的に祝日は休日です。

　諸外国では宗教上の祭日が大切にされ、それを根拠として祝日とするところが多くありますが、日本ではいくつかが祭礼をルーツとするものである以外、祝日に宗教との結びつきはありません。

　また、祝日は地域によって異なることはなく、全国一律です。祝日が日曜日にあたるときは、次の月曜日が振替休日になります。私生活の予定や計画を立てるときに影響しますので、カレンダーで確認してみてください。

　祝日の時期と説明は次のとおりです（年によって変動する可能性があります。）。

① 　元日（１月１日）

　　年のはじめを祝う日です。

② 　成人の日（１月第２月曜日）

　　おとなになったことを自覚し、みずから生き抜こうとする青年を祝いはげます日です。制定時は元服の儀が行われていたとされる小正月の１月15日でした。

③ 　建国記念の日（２月11日）

　　建国をしのび、国を愛する心を養う日です。

④ 　天皇誕生日（２月23日）

　　天皇の誕生日を祝う日です。

2. Kalendaryo at mga Okasyon sa buong Taon

Gumagamit ang Japan ng solar calendar kung saan ang bawat taon ay nagsisimula sa Enero 1 at nagtatapos sa Disyembre 31 para sa kabuuang 365 o 366 na araw (*leap year*). Bukod dito, para sa gobyerno, *corporate accounting*, at mga paaralan, ang taon ay pangkaraniwang nagsisimula sa Abril 1 at nagtatapos sa Marso 31 ng kasunod na taon.

Ang kalendaryong kanluranin na pangkaraniwan sa Kanlurang Europa at maraming bahagi ng mundo ay ginagamit sa mga dokumento, atbp. Ang kakaibang kalendaryo ng Hapon na tinatawag na Wareki (Halimbawa: Reiwa 1, atbp.) ay ginagamit din.

(1) Mga pistang opisyal ng bansang Hapon

Mayroong 16 araw ng pistang opisyal sa bawat taon, at ang mga ito ay nakatakda alinsunod sa Batas sa Pambansang Piyesta Opisyal. Bagama't nakasalalay ito sa lugar ng trabaho, ang mga pambansang pistang opisyal ay pangkaraniwang walang pasok sa trabaho.

Ang mga piyestang opisyal sa ibang bansa ay ipinagdiriwang bilang mahalagang araw ng relihiyon, ngunit maliban sa ilang nag-uugat sa mga kapistahan, ang mga piyestang opisyal sa Japan ay pangkaraniwang walang kaugnayan sa relihiyon.

Bukod dito, ang mga araw ng pangilin ay magkakapareho saan mang lugar sa Japan. Kung ang araw ng pangilin ay matapat sa araw ng Linggo, ang kapalit nito ay ang sumusunod na Lunes. Tiyaking suriin ang kalendaryo, dahil ang mga araw ng pangilin ay maaaring makaapekto sa iyong pribadong buhay at mga plano.

Ang mga araw ng pangilin at mga paglalarawan ng mga ito ay ang mga sumusunod. Maaari itong maiba taun-taon.

① **Bagong Taon (Enero 1)**
   Unang araw ng taon
② **Araw ng Pagdating ng Edad (Pangalawang Lunes ng Enero)**
   Ipinagdiriwang sa araw na ito ang pagsapit sa sapat na gulang ng isang tao at ang kanyang pagsisikap na mabuhay nang mag-isa. Nang unang maitaguyod ang pistang opisyal na ito, noon ay Enero 15 sa katapusan ng panahon ng Bagong Taon, kung kailan, ayon sa kasaysayan, ay nagkaroon ng isang seremonya.
③ **Pambansang Araw ng Pagkakatatag (Pebrero 11)**
   Ang pistang opisyal na ito ay humihimok sa mga tao na gunitain ang pagkakatatag ng kanilang bansa at kanilang pag-ibig dito.
④ **Kaarawan ng Emperador (Pebrero 23)**
   Araw upang ipagdiwang ang kapanganakan ng Emperador.

10

⑤　春分の日（例年 3 月 20 日〜 22 日頃、太陽が春分点を通る日）

自然をたたえ、生物をいつくしむ日です。

⑥　昭和の日（4 月 29 日）

昭和の時代を顧み、国の将来に思いをいたす日です。昭和天皇の誕生日で旧「みどりの日」でした。2007 年から今の「昭和の日」という名称に変更されました。

⑦　憲法記念日（5 月 3 日）

日本国憲法の施行を記念し、国の成長を期する日です。

⑧　みどりの日（5 月 4 日）

自然に親しむとともにその恩恵に感謝し、豊かな心をはぐくむ日です。

⑨　こどもの日（5 月 5 日）

こどもの人格を重んじ、こどもの幸福をはかるとともに、母に感謝する日です。

⑩　海の日（7 月第 3 月曜日）

海の恩恵に感謝するとともに、海洋国日本の繁栄を願う日です。

⑪　山の日（8 月 11 日）

山に親しむ機会を得て、山の恩恵に感謝する日です。

⑫　敬老の日（9 月第 3 月曜日）

多年にわたり社会につくしてきた老人を敬愛し、長寿を祝う日です。

⑬　秋分の日（例年 9 月 21 日〜 24 日頃、太陽が秋分点を通る日）

祖先をうやまい、なくなった人々をしのぶ日です。

⑭　体育の日（10 月第 2 月曜日）

スポーツにしたしみ、健康な心身をつちかう日です。制定時は 1964 年東京オリンピックの開会式が行われた 10 月 10 日でした。

⑮　文化の日（11 月 3 日）

自由と平和を愛し、日本の文化に親しむ日です。

⑯　勤労感謝の日（11 月 23 日）

勤労をたっとび、生産を祝い、国民がお互いに感謝しあう日です。

⑤ **Equinox sa Tagsibol (Bandang Marso 20-22, araw sa tagsibol kung kailan ang araw at gabi ay magsinghaba)**

Magpakita ng paggalang sa kalikasan at lahat ng mga bagay na may buhay

⑥ **Araw ng Showa (Abril 29)**

Pagnilayan ang panahon ng Showa sa Japan at pag-isipan ang kinabukasan ng bansa. Ang araw na ito ay sa kapanganakan ni Emperador Hirohito, at dating Araw ng Luntian. Binago ang pangalan nito sa Araw ng Showa noong 2007.

⑦ **Araw ng Konstitution**

Araw ng paggunita sa simula ng Konstitusyon ng Japan at paglago ng bansa.

⑧ **Araw ng Luntian (Mayo 4)**

Araw upang mapalapit at magpakita ng pasasalamat at pangangalaga sa kalikasan.

⑨ **Araw ng mga Bata (Mayo 5)**

Araw ng pagpapakita ng paggalang sa sariling katangian ng mga bata, pagbibigay sa kanila ng kaligayahan, at pagpapasalamat sa kanilang mga magulang at tagapangalaga.

⑩ **Araw ng Karagatan (Pangatlong Lunes ng Hulyo)**

Araw upang pasalamatan ang karagatan at ipagdasal ang kasaganahan ng karagatan ng Japan.

⑪ **Araw ng Kabundukan (Agosto 11)**

Araw upang ikalugod ang mga kabundukan at mapasalamatan ang mga kabutihang dulot ng mga ito.

⑫ **Araw ng Paggalang sa mga Matatanda (Pangatlong Lunes ng Setyembre)**

Araw ng paggalang at pagdiriwang ng mahabang buhay ng mga matatandang naglingkod sa pamayanan ng maraming mga taon.

⑬ **Equinox sa Taglagas (Bandang Setyembre 21-24, araw sa taglagas kung kailan ang araw at gabi ay magsinghaba).**

Magpakita ng paggalang sa mga ninuno at alalahanin ang mga yumao na.

⑭ **Araw ng Kalusugan at mga Palaro (Pangalawang Lunes ng Oktubre)**

Araw ng pagtatamasa ng palakasan at paglinang ng malusog na isip at katawan. Ang orihinal na petsa ay Oktubre 10, kung kailan ginanap ang seremonya ng pagbubukas ng Olympics sa Tokyo noong 1964.

⑮ **Araw ng Kultura (Nobyembre 3)**

Itaguyod ang kultura ng Hapon at pagmamahal sa kalayaan at kapayapaan.

⑯ **Araw ng Pasasalamat sa Paggawa (Nobyembre 23)**

Parangalan ang paggawa, ipagdiwang ang paglikha, at magpasalamat sa bawat isa.

（2）季節の休暇

　日本では年末年始や５月、７月～８月の時期に次のような休暇とする会社が多くあります。勤め先により設定は異なりますが、祝日や年中行事を勘案しながら、連休や追加的な休暇日を設定するところも多くあります。

ⅰ　正月休暇（年末年始の休暇）

　日本人は新たな年が始まる１月１日を元日、元旦（元日の朝）または正月と称し、この切替わりを大切な節目としています。カレンダー上の祝日は１月１日だけですが、多くの企業ではこの前後の12月29日頃～１月３日頃を正月休暇として連休にします。ただし業種や企業によって日の取り方は若干異なります。

　年末にあたる31日までの間に、家の中の大掃除をして、心身ともに新しい年を迎える準備をします。大晦日の31日には年越しソバを食べ、年越しの除夜の鐘を聞く人も多くいます。

　１月１日～３日までは、家族で新年を祝うおせち料理やおもちなどの正月料理を食べ、普段は会う機会が少ない兄弟や親戚を訪ね合って近況を語り合ったりする時間にあてています。また神社やお寺に１年の無事を祈る初詣に出かけたりします。

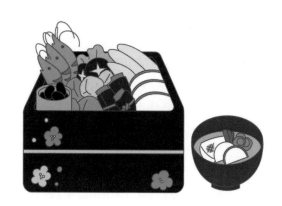

　その他、日本人は年末に近づくと忘年会（その年の苦労を忘れるための宴会）を、また、年初には新年会（新しい年を祝う宴会）をよく開きます。

ⅱ　ゴールデンウィーク

　５月３日（憲法記念日）、４日（みどりの日）、５日（子どもの日）の３日間は毎年連休となります。その少し前の４月29日（昭和の日）の祝日や付近の土日も含めて、この時期に飛び石で休日になる日が多く、企業によっては他の休日をこの連休の前後に振り替え、１週間程度の連続休暇とするところもあります。この一連の休暇の時期をゴールデンウィークと呼んでいます。季節柄、自然が美しく気候もよいことから、旅行や行楽に出かける日本人が非常に多い時期です。

(2) Mga pistang opisyal ayon sa panahon

Sa Japan, maraming kumpanya ang sarado mula sa katapusan ng taon hanggang Bagong Taon, sa Mayo, sa Hulyo, at Agosto tulad ng mga sumusunod. Ang mga araw na ito ay maaaring kaiba sa iyong lugar ng trabaho, dahil maraming kumpanya ang nagdadagdag ng araw sa mga pambansang pistang opisyal at taunang pagdiriwang.

i Bakasyon ng Bagong Taon

Tinatawag ng mga Hapon ang simula ng taon sa Enero 1 bilang *ganjitsu, gantan* (umaga ng *ganjitsu*), or *shogatsu*. Ito ay mahalagang pagbabago ng buhay. Bagama't nakasaad sa kalendaryo na ang bakasyon ay Enero 1 lamang, maraming kumpanya ang nagbibigay sa kanilang mga manggagawa ng bakasyon mula Disyembre 29 hanggang Enero 3. Subalit ang haba ng bakasyong ito ay maaaring may pagkakaiba ayon sa iba't-ibang kumpanya at industriya.

Karamihan sa mga Hapon ay naglilinis ng kanilang bahay bago sumapit ang Disyembre 31 at naghahanda ng kanilang isipan at katawan para sa parating na bagong taon. Maraming tao ang kumakain ng *toshikoshi soba*, pansit na bakwit sa Bisperas ng Bagong Taon, at nakikinig sa mga kampana sa Bisperas ng Bagong Taon pagsapit ng hatinggabi.

Mula Enero 1 hanggang 3, maraming tao ang kumakain ng mga natatanging pagkaing pang-Bagong Taon na tinatawag na *osechi ryouri*, kalamay na *mochi*, at iba pang napapanahong pagkain. Binibisita din nila ang kanilang mga kamag-anak na bihira nilang makita upang makipagkumustahan. Maaari din silang bumisita sa isang dambana o templo upang manalangin para sa kaligtasan sa buong taon na parating.

Nagtitipon-tipon din ang mga Hapon sa bandang katapusan ng taon upang iwanan ang mga alalahanin at ligalig ng nakaraang taon, at tinatawag itong *bounenkai*, gayundin sa simula ng taon upang ipagdiwang ang pagdating ng bagong taon, at tinatawag itong *shinnenkai*.

ii Ginintuang Linggo

Ang Ginintuang Linggo ay ang pinagsama-samang pambansang araw ng pamamahinga (Araw ng Konstitusyon sa Mayo 3, Araw ng Luntian sa Mayo 4, at Araw ng mga Bata sa Mayo 5). Marami pang ibang araw ang malapit sa mga araw na ito kasama na ang Abril 29 (Araw ng Showa) at mga nalalapit na Sabado at Linggo, kaya't may mga kumpanyang nagbibigay ng buong linggong bakasyon sa mga manggagawa. Ang buong linggong ito ay tinatawag na Ginintuang Linggo. Magandang panahon ito sa Japan, kung kailan napakaganda ng kalikasan at klima. Dahil dito, ito ay isa sa mga pinaka-abalang panahon ng paglalakbay sa Japan.

iii　お盆休暇・夏休み

　7月中旬（13日から15日頃）または8月中旬（13日から15日頃）に、お盆と呼ばれる時期があります。お盆とは、祖先の霊をまつるための日本の伝統行事で、この時期に祖先の魂が家に戻るとされています。仏壇を飾りお供え物をして、普段は離れて住んでいる家族が集まって祖先を供養します。7月か8月かは地域によって違いますが、企業によってはお盆休暇を設定して連休としたり、個々人でこの時期に夏休みの休暇を何日か連続で取ったりします。

　この時期の日本は最も暑い季節であり、企業によっては従業員に年次有給休暇とは別に3日程度の夏季休暇を付与しています。お盆休暇に絡めて夏休みを取るなど、夏の猛暑による疲れを取るために連続の休暇とする習慣があります。

　またこの時期には、各地で花火大会や盆踊りなどが多く催されます。

（3）季節の行事

　日本には季節ごとに、いろいろな年中行事があります。これらの行事の由来を知り、日本の文化や伝統に基づく年中行事と最近の行事に触れてみてください。

i　節分（立春の前日、2月3〜4日頃）

　この行事は中国から伝わったとされますが、各家庭では夜になると「鬼は外、福は内」といいながら豆をまきます。家から邪気を追い出し、福を招き入れるという行事です。まいた豆を後で拾い集めて年齢の数だけ食べると、1年間は大過なく健康に過ごせるという言い伝えがあります。

ii　バレンタイン・デー（2月14日）

　諸説ありますが、昔ローマ（イタリア）の司祭が、士気が下がると兵士の婚姻を禁止した皇帝の意向に背き、兵士達への結婚式を執り行ったことで2月14日に処刑され殉職したという逸話によるとされています。その逸話から"愛の日バレンタイン・デー"と呼ばれています。

iii *Obon* at bakasyon sa tag-araw

Ang *Obon* ay ipinagdiriwang sa kalagitnaan ng Hulyo o Agosto (13 hanggang 15). Ito ay isang tradisyunal na pagdiriwang upang gunitain ang mga kaluluwa ng mga yumaong ninuno, na pinapaniwalaang bumabalik sa kani-kanilang pamilya sa mga oras na ito. Bilang pagbati sa mga kaluluwa, ang mga miyembro ng pamilyang nakatira sa malayong lugar ay umuuwi, gumagawa ng mga espesyal na dekorasyon, nag-aalay ng pagkain sa mga altar sa kanilang tahanan, at nagkakaroon ng mga seremonya bilang paggunita sa mga kaluluwa ng mga yumao. Depende sa lugar, ang *Obon* ay maaaring ipagdiwang sa Hulyo o Agosto, at maraming kumpanya ang nagbibigay ng bakasyon para sa *Obon*, kaya't maraming mga tao ang nagpapahaba ng kanilang bakasyon sa tag-araw sa mga panahong ito.

Dahil ito ang pinakamainit na panahon sa buong taon sa Japan, maraming manggagawa ng kumpanya ang binibigyan ng mga tatlong araw na bakasyon bilang karagdagan sa kanilang pan-taunang bakasyong may bayad. Pangkaraniwan na pagsamahin ang bakasyon sa tag-init at bakasyon ng *Obon* para mas makapagpahinga nang mahaba sa mainit na tag-araw.

Ito rin ang panahon kung kailan maraming piyestang sayawan ng Bon at mga paputok saan man sa bansa.

(3) Napapanahong mga kaganapan

Maraming mga kaganapan ang napapanahon sa buong taon sa Japan. Mainam na alamin ang mga kaganapang nag-uugat sa kultura at tradisyon ng mga Hapon ganundin naman ang mga kaganapang kamakailan lamang nagsimulang ipagdiwang.

i *Setsubun* (araw bago ang simula ng tagsibol: Pebrero 3 o 4)

Ang kaganapang ito ay sinasabing nagmula sa Tsina. Ang *setsubun* ay tradisyunal na pinagdiriwang sa bawat tahanan sa pamamagitan ng pagsasaboy ng ininit na mga balatong palabas ng pintuan, habang nagsasabi ng *"Oni wa soto! Fuku wa uchi!"*, na ang ibig sabihin ay "Itaboy ang masasama! Papasukin ang swerte!" Ang mga balatong ay  pinaniniwalaang nakakapagpadalisay ng tahanan. Ayon sa alamat, ang pagpulot at pagkain ng balatong na kasingdami ng iyong edad ay magdudulot sa iyo ng kaligayahan, kalusugan, at magandang kapalaran sa loob ng kasalukuyang taon.

ii Araw ng mga Puso (Pebrero 14)

Bagama't may iba't ibang kwento ng pinagmulan, sinasabing may isang pari sa sinaunang Roma, Italya ang sumalungat sa utos ng isang emperador na nagbawal sa mga sundalo na magpakasal upang maiwasan ang pagbagsak ng moral ng mga ito. Ang paring ito ay nagkasal sa mga sundalo at pinarusahan ng bitay noong Pebrero 14. Sa kwento, ang araw na ito ay tinawag na "Araw ng mga Puso", ang araw ng pag-ibig.

日本では、この日に女性が普段好意を抱いている男性にチョコレートを贈る習慣が流行っています。これに対して、3月14日のホワイト・デーにチョコレートを受け取った男性がお返しの贈り物をします。

iii　ひなまつり（3月3日）と端午の節句（5月5日）

ひなまつりは女の子の節句で、正しくは「桃の節句」といいます。女の子が大きくなった末に良縁に恵まれ幸せになるように願い、祝うものです。お祝いに"ひな人形"を数日前から飾りますが、いつまでも飾っておくと良縁が遅れるとの言い伝えから3月3日が過ぎたらすぐにしまい込むのが習わしです。

また「子どもの日」の祝日である5月5日は「端午の節句」でもあります。これは男の子の節句です。鎧兜を飾ったり、こいのぼりを庭先に立てたりして、男の子が無事に成長していくことを祈り、一族の繁栄を願います。縁起物としてちまきや柏餅を食べる習慣があります。

iv　お彼岸（3月下旬と9月下旬）

春分の日、秋分の日の前後1週間がお彼岸と呼ばれる時期です。日本ではこの時期に亡くなった祖先を偲びお墓参りをします。日本には「暑さ寒さも彼岸まで」という諺があります。この日を境に厳しい暑さや寒さがやわらぎ、過ごしやすくなっていくという意味で、季節の移り変わりを感じる時期でもあります。

v　入学式・新学期（4月初旬）・卒業式（3月上旬～中旬）

日本では、学校や企業の1年（年度）は4月に始まり翌年3月で終わります。毎年4月は子供たちが学校に入学する季節であり、同時に進級する時期です。この時期に日本の国を代表する花として有名な桜の花が美しく咲きます。

Sa Japan, pangkaraniwan para sa mga babae na magbigay ng regalong tsokolate sa lalaking napupusuan. Ang *White Day* naman ay pinagdiriwang sa Marso 14, kung kailan ang mga lalaking nakatanggap ng regalong tsokolate noong Araw ng mga Puso ay nagbibigay ng kapalit na regalo sa babae.

iii Pista ng mga Manika (Marso 3) at Pista ng mga Batang Lalaki (Mayo 5)

Ang Pista ng mga Manika (*hinamatsuri*), na pormal na tinatawag na Pista ng Bulaklak ng Melokoton (*momo no sekku*), ay isang pista para sa mga batang babae. Sa araw na ito, ang mga pamilyang may mga anak na babae ay nagdiriwang sa bahay at ipinagdarasal ang maligayang pag-aasawa at kabutihan ng kinabukasan nila. Itinatanghal ng maraming kabahayan ang espesyal na manikang tinatawag na *hina ningyo* sa kanilang mga bahay ilang araw bago ang Marso 3. Ayon sa mga alamat, kapag ang mga manika ay hinayaang manatili sa kanilang posisyon matapos ang araw ng Pista ng mga Manika, ang anak na babae ng kabahayan ay mahihirapang makakita ng mapapangasawa. Dahil dito, kinaugalian na ang pagtatago kaagad-agad ng *hina ningyo* matapos ang Marso 3 kada taon.

Ang Araw ng mga Batang Lalaki, na tinatawag na *tango no sekku*, ay ipinagdiriwang tuwing Mayo 5. Sa panahong ito, pinapalamutian ng mga pamilya ng damit-samurai na may suot na helmet, ang kanilang bahay, nagpapalipad ng mga bandereta ng karpo sa kanilang bakuran, nagdarasal na lumaking ligtas ang mga batang lalaki at maging masagana ang kanilang pamilya. Nakaugalian din ng ilan sa mga pamilya ang kumain ng chimaki (pinasingaw na bola-bolang gawa sa bigas na binalot sa dahon ng kawayan) o *Kashiwa mochi* (kalamay na binalot sa dahon ng owk) para sa magandang kapalaran.

iv Mga linggo ng *Equinox* (huling bahagi ng Marso at huling bahagi ng Setyembre)

Ang linggo ng *equinox* (*higan*) ay isang linggo kasama ang araw na kasinghaba ng gabi tuwing tagsibol at taglagas. Nakaugalian na ng mga Hapon ang bumisita sa puntod ng kanilang mga ninuno sa mga linggong ito. Sa Japan, mayroong kasabihang, "*Atsusa samusa mo higan made*" (walang init o lamig na tumatagal kaysa sa equinox). Ang ibig sabihin nito ay ang init ng tag-araw at ang lamig ng tagginaw ay natatapos sa panahon ng *higan*, kung kailan mararamdaman mo ang pagbabago ng panahon.

v Seremonya ng pasukan, panibagong termino ng paaralan (unang bahagi ng Abril), at pagtatapos (una hanggang pangalahatiang bahagi ng Marso)

Sa Japan, ang akademikong taon at pang-negosyong taon (*fiscal year*) ay nagsisimula sa Abril at nagtatapos sa Marso ng kasunod na taon. Abril din ang simula ng pagpasok ng mga bata sa bagong baitang sa paaralan. Ito rin ang panahon kung kailan ang mga *cherry blossom*, na siyang pambansang simbolo ng Japan, ay hitik sa pamumulaklak at lubos na kaakit-akit.

また、多くの学校は毎年3月の上旬から中旬に卒業式を行います。次の学校への進学や新たに社会人となる人達の節目のセレモニーです。

vi　母の日（5月第2日曜日）・父の日（6月第3日曜日）

日頃の感謝を込めて、子供達は母の日、父の日にそれぞれお花（カーネーション）やプレゼントなどを贈ります。

vii　七夕（7月7日）

夜空に輝く天の川を隔てて向かい合っているひこ星（牽牛星＝西洋風には、わし座のアルタイル）と、おり姫星（織女星＝西洋風にはこと座のベガ）が年に1回この日に逢瀬を楽しむという中国の伝説に基づく星祭りです。中国ではこの日に女性が裁縫の上達を祈る風習があったとされ、日本でも色紙に願い事を書き竹に飾ります。

大きなお祭りとして地域で行うところもあります。仙台市や平塚市などは豪華な飾りで全国的に有名な祭となっています。

viii　ハロウィン（10月31日）

悪霊を追い払う古代ケルト人の祭りが起源とされ、万聖節（11月1日）の前夜祭にあたります。日本ではここ数年、キャンペーンやイベントに取り入れる企業なども増えてきて、行事として定着し始めています。アメリカやヨーロッパのような風習ではありませんが、若者中心に魔女やお化け等の仮装で街に繰り出し、イベントを楽しみます。

Sa maraming paaralan, maraming seremonya ng pagtatapos mula simula hanggang gitnang bahagi ng Marso. Ang mga seremonyang ito ay nagtatakda ng pagbabago ng buhay kung kailan ang mga mag-aaral ay pumapasok sa mas mataas na baitang o nagiging bahagi ng lipunang nagtatrabaho.

vi Araw ng mga Ina at Araw ng mga Ama (ikalawang Linggo ng Mayo at ikatlong Linggo ng Hunyo)

Sa Japan, ang Araw ng mga Ina at Araw ng mga Ama ay mga pagkakataon para sa mga anak na magpahayag ng kanilang pasasalamat sa kanilang mga magulang sa pamamagitan ng pagbibigay sa kanila ng mga bulaklak (*carnation*) o regalo.

vii *Tanabata* o Pista ng mga Bituin (Hulyo 7)

Tanabata ang tawag sa kapistahan ng bituin na nagmula sa isang alamat sa Tsina. Ipinagdiriwang nito ang pagtatagpo ng dalawang bituin – si *Orihime*, o *Vega* sa konstelasyong *Lyra*, at *Hikoboshi*, o *Altair* sa *Aquila*. Ang *Milky Way*, isang ilog na nilikha mula sa mga bituin at tumatawid sa kalangitan, na naghiwalay sa dalawang magkasintahang ito, ay pinapayagang magkasama isang beses lamang sa isang taon. Sinasabing sa Tsina, ang araw na ito ay para sa mga batang babae upang ipagdasal ang pagbuti ng kanilang kasanayan sa pagbuburda. Gumagawa din ng mga kahilingan ang mga Hapon sa araw na ito; isinusulat nila ang kanilang kahilingan sa kapirasong papel at isinasabit ito sa kawayan.

Ang araw na pangiling ito ay ipinagdiriwang sa pamamagitan ng malaking piyesta sa ibang lugar, partikular sa mga Lungsod ng Sendai at Hiratsuka, na kilala sa pagkakaroon ng magagarang palamuti.

viii Halloween (Oktubre 31)

Ang pinagmulan ng araw na pangiling ito ay isang makalumang Keltikong piyesta na nagtataboy sa masasamang espiritu, at ipinagdiriwang isang gabi bago ang *All Hallow's Day* sa Nobyembre 1. Nitong mga nakaraang taon, parami nang parami ang mga Hapones na kumpanya ang nagdiriwang ng *Halloween*, kung kaya't mas sumikat pa ang kapistahang ito. Bagama't hindi kapareho ng pagdiriwang sa Estados Unidos o Europa, maraming kabataan ang nagbibihis bilang mga mangkukulam o multo at pumupunta sa mga bayan upang makipagsaya sa iba't ibang kaganapan.

ix　七五三（11月15日）

　男の子は3歳と5歳、女の子は3歳と7歳になったとき、無事に成長したことを慶び、さらに健やかに成長することを祈願してお宮参りをする行事です。子供達は"千歳あめ"という袋に入ったアメを親戚や知人に配ったりします。

x　クリスマス（12月25日）

　日本におけるクリスマスは、キリスト教文化圏の諸外国とは異なり、パーティをしたり、プレゼントの交換をするなど宗教の影響を受けずに世俗的な行事として楽しまれています。クリスマスツリーをはじめ、部屋のデコレーションを楽しんだり、多くの人が24日のイヴの日にクリスマスケーキやフライドチキンなどを食べます。

ix *Shichi Go San* o Pista ng Pito-Lima-Tatlo (Nobyembre 15)

Ang kapistahang ito, kung saan ang mga batang lalaking may edad na tatlo at lima at mga batang babaeng may edad na tatlo at pito ay dinadala sa mga dambana upang magpasalamat dahil naabot nila ang mga edad na ito nang may magandang kalusugan, kaligayahan, at suwerte. Sa araw na ito, ang mga bata ay may bitbit na matamis na *chitose-ame* sa mga bag na papel, at ipinapamigay ang mga ito sa mga kamag-anak, kakilala ng pamilya, atbp.

x Pasko (Disyembre 25)

Sa Japan, ang Pasko ay ipinagdiriwang nang kakaiba sa mga kulturang Kristiyanismo. Ninanamnam ng mga tao ang kapistahang ito sa pamamagitan ng pagkakaroon ng parti at pagpapalitan ng regalo nang walang kaugnayan sa relihiyon. Ang ibang tao ay naglalagay ng Krismas tri at iba pang palamuti sa kanilang tahanan, at ang marami ay kumakain ng Krismas keyk at pritong manok sa Disyembre 24.

3．日本人と宗教

　日本人の多くは、自分が無宗教だと言います。この宗教観は諸外国の人達から不思議に感じられ、理解しづらいものとなっているようですが、必ずしも宗教や神仏を否定しているものではありません。

　日本にも数多くの宗教団体等が存在しますが、大半の日本人は、特定の教義宗教に属する形での「信仰」や「信心」を持っていません。しかし、多くは自然宗教的な「先祖を大切にする気持ち」や「敬虔な心」といった宗教心を大切にしています。

　日本人の私生活をよく観察すると、一般的に正月には神社（神道）に祈願に行き、お盆と春や秋の彼岸の時にはお寺にお墓参り（仏教）に行き、そしてクリスマス（キリスト教）にはケーキでお祝いをしたりしています。あるいは、七五三で神社にお参りし、結婚式は教会で挙げ、お葬式はお寺で行ったりしています。

　日本では信教の自由が憲法で保障されていますので、宗教を持つ人達の信仰心は尊重されます。ただし、宗教はあくまでも個人の問題ですので、一般的に、従業員の就業時間中の宗教行動に対し、会社組織等が特別な配慮を払うようなことは社会的義務とならない点に留意してください。

　就業中に教義に則ったお祈りの時間などを取りたいという希望に、必ず会社が対応すると考えているとトラブルを招きかねません。できれば雇用の契約を結ぶ際などに、会社に就業時間中に発生するような宗教上の務めに対しての配慮を求め、技能実習や就業に影響を出さない範囲で周囲の人達の理解を得ることが必要です。

3. Ang mga Hapon at mga Relihiyon

Maraming Hapones ang nagsasabing wala silang relihiyon. Kadalasan, para sa mga taong mula sa labas ng Japan, tila kataka-taka at mahirap unawain ang pananaw ng mga Hapones ukol sa relihiyon, ngunit hindi ibig sabihin nito ay walang relihiyon sa Japan, kasama na ang mga diyos o si Buddha.

Bagama't maraming grupo ng relihiyoso sa Japan, karamihan sa mga Hapones ay walang kinikilalang relihiyon. Sa halip, maraming tao ang natural na maka-diyos sa pagmamahal nila sa kanilang ninuno at pagkakaroon ng diwa ng paggalang.

Kung bibigyang-pansin ang pribadong buhay ng mga Hapones, dumadalaw sila sa banal na lugar sa Araw ng Bagong Taon (Shintoismo), templo at mga libingan sa linggo ng Equinox (Budismo), at nagdiriwang ng Pasko sa pamamagitan ng pagkain ng keyk (Kristiyanismo). Gayundin naman, ang Shichi Go San ay pagdiriwang ng Shintoismo at dumadalaw ang mga tao upang magdasal, ang mga seremonya ng kasal ay pinagdiriwang sa paraang Krisiyanismo at mga seremonya ng libing sa paraang Budismo.

Tinitiyak ng Konstitusyon ng Japan ang kalayaan sa relihiyon bilang paggalang sa pananampalataya ng mga relihiyoso. Subalit, tandaang ang iyong iyong relihiyon ay pangsariling pananampalataya lamang. Ito ay nangangahulugang walang pananagutan ang iyong kumpanya na bigyan ka ng konsiderasyon upang isabuhay mo ang iyong relihiyon sa oras ng trabaho.

Halimbawa, kung inaasahan mo ang iyong kumpanya na bigyan ka ng oras upang magdasal habang ikaw ay nasa treyning, maaaring magbunga lamang ito ng problema. Mabuting humingi ng konsiderasyon upang maisagawa ang iyong relihiyosong obligasyon bago pumirma ng kontrata, at siguraduhing hindi makakaapekto sa iyong trabaho o treyning o sa mga tao sa iyong paligid.

4．生活スタイル

（1）平日の生活スタイル

　日本の会社勤めの人の平日1日の標準的な生活スタイルは、次のようなものとなります。

＜朝／出勤前＞

① 起床します。

② 洗顔、歯みがきをします。

③ 朝食の準備をし、朝食をとり、朝食の後片付けをします。

④ （畳にふとんを敷いている場合）ふとんをたたみ、押し入れにしまいます。
（ベッドの場合）ベッドメーキングをします。

⑤ 男性はヒゲを剃り、女性は化粧をするなど身だしなみを整えます。食後に再び、歯をみがく人もいます。

⑥ 出勤用の衣服に着替えます。

⑦ （ゴミ回収日の場合）捨てる家庭ゴミをまとめます。

⑧ 忘れ物がないかチェックし、窓を閉めて鍵をかけ、電気の消灯、ガスまわりの確認をした後、戸締まりをします。

⑨ （ゴミ回収日の場合）決められた場所に家庭ゴミを出します。

⑩ 職場へ出勤します。

4. Pang-araw-araw na Pamumuhay

(1) Pamumuhay sa pangkaraniwang araw

Ang pangkaraniwang buhay ng isang manggagawang Hapones sa pangkaraniwang araw ang mga sumusunod:

<Umaga/bago magtrabaho>

① Gumising.

② Magsipilyo at maghilamos.

③ Maghanda ng almusal, mag-almusal, at magligpit ng pinagkainan.

④ Kung gumagamit ng futon sa tatami, tiklupin ang futon at itago ito sa aparador.

O, ayusin ang kama.

⑤ Mag-ahit ang mga lalaki, mag-meyk-up ang mga babae at gawing kaaya-ayang

tingnan ang sarili. Pagkakain, ang ibang tao ay nagsisipilyong muli.

⑥ Magbihis ng pang-trabaho.

⑦ Maayos na itapon ang basura sa takdang araw ng koleksyon.

⑧ Tiyaking walang makalimutan, isara at ikandado ang mga bintana, patayin ang lahat ng ilaw at gaas, at ikandado ang pintuan.

⑨ Ilagay ang basura sa itinalagang lagayan ng basura sa araw ng koleksyon nito.

⑩ Pumasok sa trabaho.

Lagayan ng Basura para sa Koleksyon

<夕／帰宅後＞

① 帰宅します。

② "ふだん着"（ルームウェア）に着替えます。

③ 夕食の準備をし、夕食をとり、後片づけをします。

④ お風呂の準備をし、準備ができたら風呂場で髪や体を洗い流します。

⑤ お風呂から上がり、洗濯済みの下着に着替えます。この時に顔や手にクリームを塗るなど肌の手入れをする人もいます。

⑥ 洗濯をしたときは、洗濯物を干します。乾いた洗濯物は取り込んで、洋服ダンス等にしまいます。

⑦ 就寝時間まで、新聞や本を読んだり、テレビやビデオを見たりします。

⑧ 就寝に備えてベッドを整えたり、押し入れからふとんを取り出し、きれいに敷きます。

⑨ （夕食後～就寝前）歯みがきをします。

⑩ 翌日の出勤に必要な準備をします。

⑪ 翌朝の起床時間に目覚まし時計を合わせて就寝します。

（2）礼節

　日本人は一般的に礼節を重んじます。礼節とは、社会の中で秩序やお互いの関係を適切に保つため必要とされる行動や作法などのことです。

　日本社会において、日本人は常に自分と相手の関係を意識して敬語などの言葉を使い分けるという言語習慣を持っています。大変複雑ですが、使い方を誤ると相手の気分を害することになりますので気をつけてください。

　まず、基本となる「人の呼称」について使い方を覚えましょう。

ⅰ　日本人の名前の構成

　苗字（家族の名前）＋　名前（個人の名前）（例）山田＋太郎

ⅱ　敬称の種類と使い方

　日本人が人を呼ぶときは通常、名前の下に敬称を付けます。よく使われる一般的な敬称として、「さん」、「くん」、「ちゃん」の３種類があります。

　使い方には次のようなルールがあります。

<Gabi/Pagkauwi sa bahay>

① Umuwi.

② Magpalit ng damit-pambahay.

③ Maghanda at kumain ng hapunan, ligpitin ang mesa, at hugasan ang pinagkainan.

④ Ihanda ang pampaligo, paliguan ang buhok at katawan sa lugar ng paliguan.

⑤ Pagkaligo, magbihis ng malinis na damit-panloob. May ibang tao na naglalagay ng krim sa mukha at katawan.

⑥ Isampay ang mga nilabhan (kung naglaba pagkauwi) o ipasok ang mga nilabhan at itago ang mga ito sa aparador.

⑦ Bago matulog, magbasa ng dyaryo o libro o manood ng telebisyon o bidyo.

⑧ Ihanda ang kama o ilabas ang futon mula sa aparador at ilatag ito nang maayos.

⑨ Magsipilyo pagkakain o bago matulog.

⑩ Ihanda ang mga kailangan para sa kinabukasan.

⑪ Itakda sa orasan ang oras ng paggising sa orasan at matulog.

(2) Pag-uugali

Karaniwan, pinahahalagahan ng mga Hapones ang mabuting pag-uugali. Ang pag-uugali ay nangangahulugang mga kilos at gawi na kailangan upang mapanatili ang kaayusan sa lipunan at mga pakikisalamuha sa ibang tao.

Sa Japan, palaging batid ng mga Hapones ang kanilang relasyon sa ibang tao at ito ay nasasalamin sa paraan ng kanilang pagsasalita gamit ang magalang o kaswal na wika. Ang uri ng wikang ito ay napakakumplikado, at ang anumang kamalian ay maaaring makasakit ng damdamin ng iba, kaya't kailangan mong mag-ingat sa pagsasalita.

Ang pinakamahalagang dapat tandaan ay kung paano tawagin ang mga tao sa kanilang pangalan.

i Paano gamitin ang pangalan ng mga Hapones

Apelyido + personal na pangalan   Halimbawa: Yamada + Taro

ii Uri ng magalang na panlaping-pangalan at kung paano ito ginagamit

Kadalasang dinadagdagan ng panlapi o hulapi ang pangalan ng isang taong tinatawag ng mga Hapones. Karaniwan sa mga panlaping ito ay *san*, *kun*, at *chan*.

Ang mga sumusunod ay naglalarawan ng paggamit ng bawat isa sa tatlong panlapi.

① 「さん」の使い方

　男女を問わず、社会人同士や、それほど親しくない人、また目上の人や自分よりも年上の人の呼称として使います。一般的に、苗字とともに使います。

　（例）山田さん

② 「くん」の使い方

　自分より年下の男性を呼ぶときに使います。特に子供から若い男性に使われることが多い呼称です。女性には通常は使いませんが、例外的に、職場においては上司の人が男女問わず部下を呼ぶ際に使うことがあります。次の2通りの使い方があります。

ａ．小学生くらいまでの男の子（名前＋くん）　（例）太郎くん

ｂ．中学生以上の男性（苗字＋くん）　　　　　（例）山田くん

③ 「ちゃん」の使い方

　この呼称は「可愛らしい」「親しみ」という意味と響きを含みます。そのため主に小さい子供や小学校低学年くらいまでの女の子、小学校入学前の男の子の名前に付けて使われます。親しい女性の友人の愛称に用いるケースもあります。

　（例）太郎ちゃん（男の子）／花子ちゃん（女の子）

ⅲ　敬称をつけないで呼ぶケース（呼び捨て）

　日本人は家族の間で親が子供を呼ぶとき、また兄弟のうち兄姉が弟妹を呼ぶときには通常、敬称を使いません。また、子供が親や兄姉を呼ぶときは一般的に 「お父さん」、「お母さん」、「お兄さん」、「お姉さん」を用います。

　家族以外の人でも、自分と同等の社会的地位の人や親しい友人を呼ぶときに、苗字や名前に敬称を付けないことがあります。この呼び方を"呼び捨て"といいます。

　ただし、職場で使い方を誤ると大変失礼になりますので、相手との親密度をよく考えて使うようにしてください。

① Paggamit ng *san*

Ang *san* ay kadalasang ginagamit sa lugar ng trabaho, sa mga taong hindi masyadong kakilala, para sa mga taong nakakataas sa lipunan, at para sa mga taong mas nakakatanda kaysa sa nagsasalita. Ginagamit ito ng mga lalaki at mga babae. Kadalasan din itong idinudugtong sa apelyido.

Halimbawa: Yamada-*san*

② Paggamit ng *kun*

Ang panlapi o hulaping ito ay ginagamit kapag nakikipag-usap sa lalaking mas nakakabata kaysa sa nagsasalita. Kadalasan itong ginagamit sa mga bata o talibatang lalaki. Bagama't hindi ito kadalasang ginagamit sa mga babae, kung minsan, may mga superyor na nagdadagdag ng kun sa pangalan ng mga taong sumasailalim sa kanila, lalaki man o babae. Ang kun ay maaaring gamit sa dalawang paraan.

a. Mga batang lalaki hanggang edad-elementarya (personal na pangalan + *kun*)
   Halimbawa: Taro-*kun*
b. Mga estudiyanteng lalaki sa mataas na paaralan o higit pa (apelyido + *kun*)
   Halimbawa: Yamada-*kun*

③ Paggamit ng *chan*

Ang *chan* ay may konotasyong kaibig-ibig o malapit sa puso. Kadalasan itong ginagamit sa mga batang maliliit, mga babaeng nasa elementarya, at mga lalaking nasa ang edad ay nasa *preschool*. Kung minsan, ginagamit ito ng mga babae bilang pagtawag sa kanilang mga kaibigan.

Halimbawa: Taro-*chan* (lalaki) / Hanako-*chan* (babae)

iii Pagtawag ng pangalan nang walang panlapi (*yobisute*)

Kadalasang hindi gumagamit ng panlapi sa pangalan kapag ang kausap ng Hapones ay kasapi ng pamilya, tulad ng pakikipag-usap ng mga magulang sa kanilang mga anak o kapag ang magkakapatid ay nag-uusap. Subalit, kapag ang mga anak ay nakikipag-usap sa kanilang mga magulang, kadalasan ay ginagamit nila ang *Otosan* o *Okasan*, at kung ang kausap naman ay nakakatandang kapatid, tinatawag nilang *Onisan* ang kuya at *Onesan* ang ate.

Maging sa labas ng pamilya, kung minsan ay hindi ginagamit ang panlapi kung ang kausap na tao ay kapantay ng antas sa lipunan, o malapit na kaibigan. Ang tawag dito ay *yobisute*.

Subalit, ang pagkakamali sa pagtawag ng pangalan sa lugar ng trabaho ay tinuturing na bastos, kaya't tiyaking pag-isipang mabuti kung gaano ka kalapit sa isang tao bago siya kausapin.

iv　職場における呼称

　会社などの職場や仕事の世界では、一般的に、目上や目下の区別なく、また男女の別なく、苗字に「さん」の敬称を付けて呼びます。

　ただし、職業上の地位を示す”肩書き”のある人を呼ぶ場合には、例えば社長、部長、工場長、課長などの立場にある人をその肩書きで呼ぶ習慣もあります。苗字を付けて呼ぶ事もありますし、付けないで呼ぶことも少なくありません。

　職場においては、基本”苗字＋さん”という呼び方をして、さらに肩書きのある人には”苗字＋肩書き”で呼ぶとよいでしょう。

　もう一つ礼節で踏まえておきたいものは「あいさつ」です。

　ご近所の人との朝夕のあいさつ、職場の出社・退社時のあいさつ、また知人や目上の人とすれ違う際の”会釈”やお辞儀など、日本のあいさつには使い分けが必要なスタイルとあいさつ言葉が複数あります。

　通常、朝のあいさつは「おはようございます」、昼は「こんにちは」、夜は「こんばんは」を使います。

　職場の出勤時は他の従業員に朝のあいさつをします。そして退社時には周囲の人に「お先に失礼します」とあいさつをすることが一般的です。

　また、あいさつの礼儀として、次のような前提があります。

①　先に気付いた人からあいさつする。

②　社会的地位の低い人や年齢の若い人が先にあいさつする。

　日本人はあいさつの時にお互いの身体に触れる事をほとんどしません。握手や抱擁を交わすことは一般的ではありませんので留意してください。なお、習慣はありませんが、握手を求めることは失礼にあたりません。

（3）身だしなみ

　流行の衣服や化粧で自分の個性を表現する「お洒落」とは異なり、日本の社会では社会人として場や状況にあった身なりであることや清潔感を求められます。身だしなみにその人の人格、心遣いや態度が出るとされます。

　仕事に行くときは、自分の職業に見合った適切な服装を選びます。また、髪やヒゲの手入れもしないまま出勤する人は、社会人として失格と見られてしまいます。身だしなみを整えるために、以下の点を心掛けます。

iv Pagtawag sa tao sa lugar ng trabaho

Sa lugar ng trabaho, ang mga Hapones ay nagdudugtong ng san sa apelyido ng kanilang kausap maging sila man ay mas mataas o mas mababang antas at maging sila man ay lalaki o babae.

Subalit sa mga lugar ng trabaho, pangkaraniwan din ang paggamit ng titulo bilang pangalan kahit walang apelyido. Halimbawa, pangkaraniwan na ang presidente, punong tagapamahala, direktor ng pabrika, tagapamahala, atbp. ay tinatawag gamit ang kanilang titulo sa trabaho, halimbawa, *shacho* (Presidente), *bucho* (Punong Tagapamahala), *koujocho* (Direktor ng Pabrika), *kacho* (Tagapamahala), atbp.

Kalimitan, ang mga tao sa lugar-trabaho ay gumagamit ng apelyido + *san* kapag nakikipag-usap sa bawat isa. Kung ang taong kausap mo ay may antas o titulo, maaaring gamitin ang apelyido + titulo.

Isa pang bahagi ng pag-uugali na dapat gamitin sa pagbati.

Sa Japan ay mayroong iba't-ibang uri ng pagbati at parirala ang ginagamit sa iba't-ibang oras at sitwasyon. Halimbawa, pagbati sa kapitbahay sa umaga at gabi, pagbati pagkadating at pag-paalis ng trabaho, at tango o tungo kapag nadadaanan ang kaibigan o taong may mas mataas na antas sa iyo.

Kadalasan, "*Ohayo gozaimasu*" (magandang umaga) ang sinasabi sa umaga, "*Konnichiwa*" (magandang araw) kapag araw, at "*Konbanwa*" (magandang gabi) sa gabi.

Pagkadating sa trabaho sa umaga, binabati ng mga tao ang kanilang katrabaho. Kapag paalis na pagkatapos ng trabaho, pangkaraniwang sinasabi ang "*Osaki ni shitsurei shimasu*" (Ipagpatawad mo ang pag-uwi ko nang mas maaga sa iyo.)

Ilan sa mga panuntunan para sa magandang pag-uugali sa pagbati ang mga sumusunod.

① Kapag may nakita kang kakilala,una siyang batiin bago ka niya mapansin.
② Kapag may nakita kang kakilala na may mas mataas na antas kaysa sa iyo o mas matanda kaysa sa iyo, ikaw ang dapat maunang bumati sa kanya.

Pangkaraniwan sa mga Hapones na hindi humahawak sa katawan ng kausap kapag nagbabatian. Tandaang karamihan sa mga tao ay hindi nagkakamayan o nagyayakapan. Ngunit bagama't hindi pangkaraniwan, hindi din naman bastos na makipagkamay sa kausap.

(3) Pag-aasikaso sa hitsura

Hindi tulad ng pagiging nasa uso sa pananamit at meyk-up na nagpapahayag ng personalidad, inaasahan ang mga nagtatrabaho sa Japan na maging kaaya-aya at malinis tingnan ang hitsura at naaayon sa panahon at lugar. Ang pag-aasikaso sa hitsura ay tinuturing na salamin ng karakter, pag-iisip, at ugali ng isang tao.

Tiyaking pumili ng naaayong kasuotan bago pumasok sa trabaho. Ang mga taong pumapasok sa trabaho nang hindi maayos ang buhok o balbas ay tinuturing na iresponsable. Tiyaking sundin ang mga sumusunod na puntos pagdating sa hitsura.

① 状況に見合った服装を選ぶこと。

② 他人に不快感を与えないように身ぎれいにすること。

（4）時間感覚

　日本の生活では時計は常に持ち歩く必需品です。

　日本人は始まりの時間を厳守する傾向があります。出勤時刻や会議の開始時刻、授業、パーティの始まりの時間に遅れないように気を遣い、また人を訪ねるときには事前に訪問の連絡を入れ、約束した時間に遅れずに行くようにしています。

　日本人は「自分一人の遅れにより、他人に迷惑をかけてはいけない」という意識から、このような時間感覚を持っています。時間に遅れることは非礼になり、場合によっては会社や個人の信用を失いかねません。

　やむを得ない事情があって始まりの時間や約束の時間に遅れる場合、必ず相手先に電話などで連絡を入れることが日本ではあたりまえとされています。

（5）印鑑の社会

　日本では、契約を交わすときや役所の手続き、荷物を受け取るときなどに印鑑を使用します。印鑑は外国における個人のサイン（署名）の役割を持っており、本人の意思表示や確認の証拠としてこれで判を押します。

　近年は諸外国同様に自筆サインで対応するケースも出ていますが、大半は基本的に印鑑を用います。

　特に、契約書や証明書などは印鑑がないと効力を持たないなど、印鑑は会社や私生活でひんぱんに使われてきました。

① Pumili ng kasuotang nararapat sa kaganapan.

② Panatilihing malinis at maayos ang iyong sarili upang maging kalugud-lugod sa iba.

(4) Pagpapahalaga sa oras

Ang relo ay isang mahalagang bagay sa pamumuhay sa Japan.

Karamihan sa mga Hapones ay lubusang maagap sa pagsisimula nang nasa oras. Lubusang sinisikap ng mga Hapones na hindi mahuli ng pagdating sa trabaho, mga pulong, leksyon, pagtitipon, atbp. Hindi rin normal sa Japan ang basta na lamang dumating sa bahay ng ibang tao. Dapat kang tumawag muna sa telepono upang makipagkasundo ng oras ng iyong pagdating, at sikapin mong mabuti na dumating sa oras na napagkasunduan.

Dahil ayaw ng mga Hapones na makaistorbo sa ibang tao, laging sinisikap ng mga Hapones na dumating sa oras na nakatakda. Lubhang itinuturing na kabastusan ang pagdating nang huli sa takdang oras, at maaaring mawalan ng tiwala ang mga tao sa iyo.

Kung mahuhuli ka ng pagdating dahil sa di-maiwasang dahilan, inaasahang tatawag ka sa iyong kausap upang ipaalam ang pagkaantala ng iyong pagdating.

(5) Lipunan ng panatak

Sa Japan, ang mga personal na panatak ay ginagamit sa maraming bagay, tulad ng pagpirma ng kontrata, pagsumite ng papeles sa pamahalaan, at pagtanggap ng bagahe. Ang mga personal na panatak ay may kaparehong silbi ng pirma o lagda sa ibang bansa, na nagpapatunay at nagpapatibay ng layunin ng isang tao.

Nitong mga nakaraang taon, ang pirma o lagda ay nagging pangkaraniwan tulad sa ibang bansa, ngunit mas kadalasan pa ring ginagamit ang personal na panatak.

Lalo na ang mga kontrata at sertipiko ay walang legal na bisa kung walang personal na panatak, kaya kadalasan itong ginagamit sa lipunan at personal na buhay.

（6）放置物に対する留意点

　日本の一般的な風景として、柵のない田畑が広がり、また、庭先に実のなる果樹を植えている民家が多くあります。スーパーマーケットなどでは、平地に区画を設けて駐輪場を整備していたり、家庭ゴミの収集場所は近くの路上であったりすることが多く見られます。

　庭先の果実や放置された自転車、誰かがゴミとして収集場所に捨てていった家電などは「持ち主がいない」と判断してしまいがちですが、このようなものを勝手に自分の物にしてしまうとトラブルになります。

　よくある事例で、駅やショッピングセンターの周辺にあった放置自転車を勝手に使ったところ警察に捕まった、というものがあります。放置されていたとしても、勝手に持ち去ることは泥棒行為になることがあります。

　山の中に生えているキノコやタケノコ、庭先や空き地の栗の実や柿などを無断で採取して事件になった例もあります。

　日本では、明らかに持ち主がないもの、捨てられたものと推測される場合でも、勝手に放置された物を持ち去ることは社会規範に反する行為と見なされます。

（7）路上や公共の場のマナー

　所かまわず痰や唾を吐き捨てることや、歩きタバコ、タバコの吸い殻の投げ捨ては、日本ではマナー違反となります。特にタバコについては、喫煙場所として指定された場所以外での路上喫煙を禁止している自治体も多くありますので注意が必要です。

　車や自宅の窓からゴミや物を捨てることや、路上でのゴミのポイ捨て行為なども厳に慎まなくてはなりません。逆に路上で貴重品などを拾ったときは、必ず警察に届けるようにしてください。

　次に、公共の場においては次のようなことを心掛けます。

　①　地域の人達に会ったときは、あいさつをする。
　②　自分たちが使った場所は、きれいにして帰る。
　③　皆が静かに利用する場所では、騒がず静かにする。

(6) Mga dapat tandaan tungkol sa abandonadong bagay

Kalimitan sa Japan, walang bakod ang mga bukirin, at ang mga puno ng prutas ay matatagpuan sa mga hardin ng maraming pribadong tahanan. Kadalasan sa mga pamilihan o iba pang tindahan, may mga lugar na ginagamit bilang paradahan ng bisekleta, at ipunan ng basura sa tabing-daan.

Maaari mong isipin na ang prutas sa hardin ng kung sino, abandonadong bisekleta, o anumang gamit sa bahay na nasa ipunan ng basura sa tabing-daan ay libreng kunin, ngunit maaaring humantong sa gulo kung gagawin mo ito.

Isang halimbawang madalas mangyari ay pagkuha ng abandonadong bisikleta malapit sa pamilihan o istasyon ng tren, at pagkatapos ay mahuli ka ng mga pulis. Ang pagkuha ng anumang bagay ng walang pahintulot, kahit na ito ay tila abandonado, ay maituturing na pagnanakaw.

Bukod pa rito, may mga pagkakataon din kung saan ang mga technical trainee ay maakusahang nag-ani ng kabute at sibol ng kawayan mula sa mga bundok, at mga kastanyas at persimon sa mga pribadong hardin at bakanteng lote.

Sa Japan, ang pagkuha ng anumang bagay, kahit na tila walang may-ari nito, o itinapon na, ay itinuturing na labag sa mga alituntunin ng lipunan.

(7) Mga pag-uugali sa daan at pampublikong lugar

Ang pagdura ng plema o laway saanmang lugar, paninigarilyo habang naglalakad, at pagtatapon ng upos ng sigarilyo sa daan ay tinuturing na masamang pag-uugali sa Japan. Kinakailangan ang lubusang pag-iingat tungkol sa paninigarilyo, dahil ito ay ipinagbabawal sa labas ng itinalagang mga lugar para sa paninigarilyo, tulad ng mga kalsada sa maraming lungsod at bayan.

Sa Japan, itinuturing ding kasuklam-suklam ang pagtatapon ng basura at anumang bagay sa labas ng kotse o bintana ng bahay. Sa kabilang banda, kung makakakita ka ng mahalagang bagay sa kalsada, mangyaring iulat ito sa pulisya.

Tiyaking isaisip ang mga sumusunod kapag nasa pampublikong lugar.

① Batiin ang mga lokal na tao pag nakikita mo sila.

② Tiyaking linisin ang anumang lugar pagkagamit nito.

③ Maging magalang at tahimik sa mga lugar na tahimik ang mga tao.

また、夜間は誰もが静かな時間を必要とします。大声や騒音を出して迷惑となることがないよう、住民同士のお互いの配慮が求められます。

自国ではあたりまえの行動が、日本ではときに犯罪の扱いとなったり、社会道徳に反する行為として.批判されたりすることがあります。マナーやルールで疑問に思ったときは生活指導員や支援担当者をはじめとした周りの日本人の人達に尋ねて確認してみてください。

（8）祝い事や葬儀

日本では、親しい人の結婚や出産などを祝い、金品を贈る習慣があります。お金を贈るときは祝儀袋を使います。結婚式に参列するときは、男性は黒いスーツに白いワイシャツ、白いネクタイを着用し、女性は着物や礼装とすることが一般的です。

親しい人が亡くなったときは、通夜や告別式の葬儀に参列します。参列するときは、お金を香典袋に入れた香典を出し、芳名帳に署名します。葬儀に参列するときは、男性は黒いスーツに白いワイシャツ、黒いネクタイを着用し、女性は黒い服を着用するのが一般的です。基本的に装飾品は身につけませんが、真珠のネックレスなどは身につけることができます。

Tandaang lahat ng tao ay kailangan ng katahimikan sa gabi. Inaasahan ng mga kapitbahay na maging malumanay sa pagsasalita ang bawat isa, hindi gumawa ng ingay, o magsimula ng gulo.

May mga pag-uugaling natural man sa iyong bansa ay maaaring iligal sa Japan, o ito ay pinupulaang labag sa mabuting asal sa publiko. Kung may katanungan tungkol sa pag-uugali o panuntunan, mangyaring tanungin ang mga Hapones sa iyong paligid, tulad ng iyong *daily life advisor* o *support manager*.

(8) Mga pagdiriwang at mga paglilibing

Sa Japan, kaugalian ang pagdiriwang ng kasal ng mga taong malapit sa iyo, at mga kapanganakan sa pamamagitan ng pagbibigay ng regalo o pera. May natatanging sobre ang ginagamit kung magbibigay ng pera. Kapag dadalo sa kasal, ang mga lalaki ay kalimitang nagsusuot ng itim na terno, puting polo, at puting kurbata, at ang mga babae naman ay nagsusuot ng kimono o pormal na bestida.

Kung may sinumang malapit sa iyo ang mamatay, ikaw ay dadalo sa lamay o libing. Kapag ginawa mo ito, ilagay ang iyong abuloy sa natatanging sobre para sa naturang okasyon at pumirma sa librong-listahan ng mga panauhin. Sa pagpunta sa libing, ang mga lalaki ay kadalasang nagsusuot ng itim na terno, puting polo, at itim na kurbata, at ang mga babae naman ay nagsusuot ng itim na bestida. Pangkaraniwang hindi nagsusuot ng alahas o anumang palamuti ang mga tao, maliban na labang sa perlas na kuwintas.

５．買い物や飲食店での商慣習

　商品やサービスの提供のスタイルや支払のスタイルは国により異なるものがあります。母国ではあたりまえとされる慣習が、日本では問題となることがあります。例えば外国人の客に関する苦情では次のようなものが寄せられました。

① 商品を勝手につまんで試食する。

② 専用の買物カゴを使わず、持参した買物袋に直接入れてしまう。

③ 買うつもりがないのに商品をいじり回したり、乱暴に扱うなど傷をつける。

④ 手に取ったが購入しない商品を、元の位置に戻さず別の場所に置いていってしまう。

⑤ 買い物をするとき必ず値切る。

　これらは恐らく客側が日本の買い物時の商慣習を理解していなかったことで、苦情につながったものです。日本における小売店や飲食店での商慣習を理解することが大切です。

（１）買い物時の留意点

　日本のスーパーマーケットなどの小売店では、必ず商品に価格が表示されています。肉や魚、野菜、果物のように、その商品に値札が付けられないものやパッケージに印刷された価格より安く販売する場合には、必ず別に価格が表示されています。

　日本では、消費者は表示されている額面で購入し、普通は交渉で値切ることはしません。同じ商品でも、お店により若干の金額の高低がありますが、不当に高い価格での販売はしません。消費者は高いと感じれば別の店に価格を見に行きますし、お店は不当な利益を得ようとすれば客の信用を失って商売が続けられなくなると考えるからです。

　一般のお店で値切り交渉をすると非常にいやがられます。買いたい商品が高いと感じた場合には他の店に移り、価格や品質を比較してみて納得したところで買うようにしてください。

　また、買い物時には、他に次のような点にも留意してください。

5. Mga Kaugalian sa Pamimili at sa mga Restawran

Kung paano nagkakaroon ng produkto at serbisyo, at kung paano binabayaran ang mga ito ay maaaring magkaka-iba-iba sa mga bansa. Ang mga pag-uugaling natural sa iyong bansa ay maaaring magbunga ng problema sa Japan. Halimbawa, ang mga sumusunod ay mga reklamo tungkol sa mga dayuhan.

① Tumitikim ng pagkain nang walang pahintulot.

② Nilalagay nila ang mga pinamili diretso sa kanilang bag sa halip na sa mga basket na pamalengke.

③ Pinaglalaruan nila ang mga produkto kaya't nasisira ang mga ito at pagkatapos ay hindi ito bibilhin.

④ Ibinabalik nila ang kinuhang produkto sa maling lalagyan.

⑤ Lagi silang tumatawad.

Ang dahilan kung bakit may mga reklamong ganito ay hindi alam marahil ng mga mamimimili ang nararapat na kaugalian ng pamimili sa Japan. Mahalagang alamin at unawain ang mga nararapat na kaugaliang ito kapag nasa mga pamilihan at mga restawran sa Japan.

(1) Mga dapat tandaan kapag namimili

Ang presyo ng mga produkto sa mga tindahan at pamilihan ay palaging madaling makita, kahit sa mga produktong mahirap makita ang etiketa, tulad ng mga karne, isda, gulay, at prutas; at kapag mas mura ang totoong presyo kaysa sa nakasulat sa etiketa.

Ang mga mamimiling Hapones ay kadalasang nagbabayad ng nakatakdang presyo at hind tumatawad. Kahit sa mga tindahang medyo mas mahal o mas mura ang mga bilihin, hindi pa din labis ang patong sa mga presyo. Ito ay sa dahilang malaya ang mga mamimili na ikumpara ang mga presyo sa iba't-ibang tindahan at takot ang mga may-ari ng tindahan na mawalan ng tiwala sa kanila ang mga mamimili kaya't kakailanganin nilang magsara ng negosyo dahil dito.

Karamihan sa mga may tindahan ay naiinis kapag may tumatawad. Kung sa palagay mo ay masyadong mahal ang produkto, dapat kang pumunta sa ibang tindahan upang ikumpara ang mga presyo at doon ka bumili saan mo man gusto.

Ganundin, tiyaking isaisip ang mga sumusunod kapag namimili.

●試食

　国によっては試食した後に値段交渉をする習慣がありますが、日本ではお店に並んでいる商品を勝手に試食することはできません。食品の勝手な試食は窃盗行為にあたります。試食できるものは必ず試食用とわかるように置いてあります。

　なお、試食はその商品の味などを確認するために用意してあるものです。一人でたくさん食べてはいけません。

●衣類の試着

　服を買う際にサイズ確認のための試着をしたいときは、必ず店員に声をかけて試着室を案内してもらいます。試着室に持ち込める枚数を決めているお店もありますので留意してください。

●会計前の開封厳禁

　購入しようと考えている商品でも、会計の前に販売商品を勝手に開封して中身を確認することはできません。中身の確認や商品の説明がほしいときは、店員に声をかけて尋ねてください。

●小売店の多くはセルフサービス型

　日本のコンビニエンスストアやスーパーなどはセルフサービス形式がほとんどです。小さい規模のお店では、店員に商品を用意してもらうような販売形式のところもありますが、少し大型店になると大半がセルフサービスのお店です。

　セルフサービスのお店では、自分の買いたい商品を陳列棚から取り出し、お店専用のカゴになど入れて最後にレジで料金を一括で支払う仕組みになっています。

　多くはレジ周り以外のフロアに店員が常駐しないお店となりますが、防犯カメラなどで店員が店内情報を常に確認していますし、問題が生じればその場に駆けつけます。値段がわからない、ほしい商品が棚にないなど、お店で困ったときに、近くに店員がいない場合は、まずレジ付近の店員に声をかけてください。

● Pagtikim ng pagkain

Sa ibang bansa, nakaugalian na ang pagtikim ng produkto bago makipagtawaran sa presyo. Ngunit sa Japan, hindi ka malayang tumikim ng mga pagkaing nakatinda sa mga tindahan. Ang pagtikim ng mga ito nang walang pahintulot ay tinuturing na pagnanakaw sa Japan. Ang mga pagkaing para sa libreng patikim ay nakahanay nang maayos saan man ito madaling matanto.

Tandaang ang mga produktong patikim ay para lamang upang tikman nang kaunti. Huwag kumain nang marami nito.

● Pagsusukat ng mga damit

Kung gusto mong tiyaking kasya ang damit bago ito bilhin, magtanong sa tauhan sa tindahan kung saan pwedeng magsukat. Tandaang ilan sa mga tindahan ay may limitasyon sa ilang piraso ng damit ang maaaring isukat.

● Huwag buksan ang pakete ng produkto bago ito bayaran

Huwag mong bubuksan ang pakete ng anumang produkto upang tingnan ang laman nito bago ito bayaran kahit nakapagdesisyon ka nang bilhin ito. Kung gusto mong makita ang laman o kung may katanungan tungkol sa produkto, tanungin ang tauhan sa tindahan.

● Pangkaraniwan ang mga tindahang *self-service*

Ang mga *convenience store* at *supermarket* sa Japan ay kadalasang *self-service*. Bagama't may ilang maliliit na tindahan na may tauhan, karamihan sa malalaking tindahan ay *self-service*.

Sa mga *self-service* na tindahan, ikaw mismo ang kumuha ng mga bagay na nais mong bilhin at ilagay ito sa nakatalagang basket. Pagkatapos, dalhin ito sa kahera at bayaran nang minsanan.

Karamihan sa mga ganitong tindahan, ang tindera ay nasa kaha lamang. Ngunit maraming kamera sa loob ng tindahan kaya't alam ng tindera ang nangyayari at mabilis na makakapagsiyasat kung may anumang problema. Kung hindi mo alam ang presyo ng produkto, hindi it makita, o kung may anumang problema at wala kang mapagtanungan, pumunta sa kahera upang kausapin ito.

（2）会計時の留意点

　日本の商慣習において、買い物や飲食店の会計時にチップを支払う慣習はありません。

　基本的に、日本では商品や提供される料理等の価格はサービスへの対価を含んでいます。チップが給与の重要な部分となる欧米流の考え方とは異なり、店員の給与はお店や会社で保証して支給します。

　日本の飲食店などでは、電話で注文すると自宅まで料理を届けてくれるお店もたくさんあります。これは"出前"という慣習で、使い捨てではない食器で提供された場合は料理を食べた後にお皿や器を洗って玄関先へ出しておくと再び取りに来てくれます。こういったサービスを頼んでも、特にチップを支払う必要はありません。

　なお、高級レストランやホテル、宴会場などの料金に限っては別途サービスに対するサービス料が上乗せ加算されます（通常は料理代金の10～15%程度で店により異なります）。

　また、飲食店によっては会計をテーブルで行うところがあります。支払いをテーブルかレジカウンターのどちらでするかは店員に確認してください。

　また、日本の商習慣に"お通し"というものがあります（地域により"突き出し"や"口取"ともいいます）。居酒屋や小料理屋で最初に出てくる小鉢料理のことで、注文することなくお店から出されるものです。メニューに掲載されていないことが多く、外国の人達からすると不可解な習慣で戸惑うことも多いようです。このお通しは、注文された料理を出すまでの間に、「先に出す酒のつまみがあるとよいだろう」という心遣いから生まれたものですが、同時に席料（テーブルチャージ）の扱いとしている店が多く、基本的には断れないことが多いようです。一般的に300円から500円程度の金額となっています。中にはお通しのない店や無料の店もありますが、居酒屋などお酒を提供する店を利用するときは留意してください。

（3）消費税

　日本では、消費者が商品を購入したり、サービスの提供を受けたりするときに消費税が課税されます。

　2021年1月現在の消費税率は10%です。

(2) Mga bagay na dapat tandaan kapag nagbabayad

Sa Japan, walang nagbibigay ng tip kapag nagbabayad sa tindahan o restawran.

Kasama sa presyo ng mga produkto at pagkain ang *service charge*. Di tulad sa Europa at Amerika kung saan ang tip ay mahalagang bahagi ng sweldo, ang sweldo sa Japan ay sagutin ng tindahan o kumpanya.

Dahil maraming restawran ang maaaring mag-deliver, maaari kang mag-order ng pagkain at ipa-deliver ito sa iyong tirahan sa pamamagitan lamang ng pagtawag sa telepono. Ang tawag dito ay *demae*, at may mga restawran na kumukuha din ng iyong pinagkainan matapos mo itong linisin at ilagay sa may pintuan. Hindi mo kailangang magbigay ng tip para sa serbisyong ito.

Ang presyo sa mga mamahaling restawran, hotel, at banquet hall ay may karagdagang *service charge* (depende sa lugar, ngunit kadalasan ay 10-15% ng presyo ng pagkain).

Sa ilang restawran, ang bayarin ay kailangang bayaran sa mesa. Tanungin ang mga tauhan kung dapat magbayad sa mesa o sa kahera.

Sa Japan, may tinatawag na *otoshi* (pagkaing pampagana), na ang tawag ay *tsukidashi* o *kuchitori* sa ibang lugar. Ang mga pagkaing ito na nasa maliliit na platito ay inihahain sa mga pub at maliliit na restawran. Kadalasan, hindi ito makikita sa menu at maraming dayuhan ang nalilito sa gawing ito. Ang *otoshi* ay libreng hain ng restawran para may meryenda ka muna kasabay ng unang inumin at bago ka mag-order ng pagkain. Sa ibang restawran, ito ay katumbas ng *table charge* at hindi pwedeng tanggihan. Ang presyo ay mga 300 yen hanggang 500 yen. Ang ilang restawran ay walang *otoshi*, o libreng meryenda, pero mabuting batid mo ito kapag nagpunta ka ng izakaya o anumang bar na may tindang inuming nakakalasing.

(3) Buwis sa pagkonsumo (*consumption tax*)

Kapag ang mamimili ay nagbayad ng produkto o serbisyo sa Japan, idinadagdag ang buwis sa pagkonsumo sa dapat bayaran.

Bilang ng Enero 2021, ang *consumption tax* ay 10%.

お店により表示価格に消費税の金額を含むところと含まないところがあります。価格の表示に「（消費）税込」、「（消費）税別」などと書かれていますので、確認しながら購入します。“税別”の場合は、購入総額に消費税額が加算された額が実際の支払い額になります。

　なお、日本国内には外国人旅行者などが免税で商品を購入できる店がありますが、技能実習生や特定技能外国人など日本に居住する外国人の方は在留中に免税で購入することはできません。

（4）買い物や飲食店などで使われるカード

　日本では、日常生活の商取引を基本的に現金で行います。近年はネット通販などインターネット上の売買形態も普及しており、この決済に利便性が高いことからクレジットカードやプリペイドカードによる現金以外の支払い方法も広く利用されています。

　クレジットカードは信用取引による後払い決済用のカードです。カード会社による審査等があり、利用限度額内での利用が可能です。銀行口座振替の登録が必要です。

　プリペイドカードは、事前に代金を支払って購入する決済用のカードで、残額がゼロになるまで繰り返し利用できます。テレフォンカードのような使い切りのものと、Suica、PASMOといった交通系ICカード（13（3）参照））のようにチャージをすることで残高を増やし継続して使用できるものがあります。使い切りのタイプは大半が用途に合わせての購入となります。なお、プリペイドカードの大半は紛失しても補償措置がありません。また、このようなカード類では偽造されたものが出回ることがあります。偽造カードは買っても、持っても、使っても違法になります。絶対に買ったり使ったりしないよう気をつけてください。

　なお、クレジットカードやプリペイドカード、自分の預金口座から直接支払ができるデビットカードなどは、“キャッシュレス決済”と呼ばれる現金を使用しない支払い方法に使われるものです。この決済方式は中国をはじめ世界で多く利用されています。カード決済は通常の店舗でもできますが、店によっては現金取引のみとしているところがありますので、利用するときは注意が必要です。カード利用ができるお店は、大抵入り口やレジ周りに使用できるカードの種類を明示しています。最近ではQRコードやスマートフォンなどの通信機器本体を通してのカードレス決済方式も徐々に導入されています。

Ang nakikitang presyo sa resibo ay maaaring may kasamang *consumption tax* depende sa tindahan. Pwede mong i-tsek kung kasama ang buwis (*zei komi*) o hindi kasama ang buwis (*zei betsu*) sa etiketa. Kung hindi kasama ang buwis, idadagdag ito sa pangkalahatang presyo sa oras ng pagbabayad.

Bagama't may mga tindahang hindi naniningil ng buwis sa mga dayuhang turista sa Japan, ang mga dayuhang nakatira sa Japan, gaya ng mga *technical intern trainees* at *specified skilled workers* ay hindi maaaring bumili ng anumang produkto na libre ang buwis.

(4) Paggamit ng *credit card* sa pamimili at pagkain sa labas

Sa Japan, ang mga pang-araw-araw na bilihin ay kadalasang binabayaran ng pera. Nitong mga nakaraang taon, sumikat ang pamimili online, na binabayaran ng *credit* at *prepaid card* para mas madali, kaya marami nang hindi masyadong nagbabayad ng pera.

Gamit ang *credit card*, maaring bumili ng produkto ngayon, at saka na lang bayaran. Ang kumpanya ng *credit card* ay pumipili ng aplikante na pinapayagang bumili nang may limitasyon. Kailangan ng rehistradong akawnt sa bangko upang makapagparehistro sa *credit card*.

Ginagamit ang mga *prepaid card* na pambili ng mga bagay na nauna nang bayaran ang presyo, at maaaring gamitin muli hanggang maubos ang balanse. Ang ibang kard ay ginagamit nang minsanan lamang, gaya ng *telephone card*, at ang iba naman ay maaaring dagdagan muli ng balanse gaya ng Suica o PASMO (tingnan ang pahina 13 (3)) para sa patuloy na paggamit. Karamihan sa mga kard na isang gamitan lamang ay binibili nang may natatanging layunin. Karamihan sa *prepaid card* ay hindi maaaring maibalik kung mawala ito. Tandaan na ang ilan sa mga kard na ito ay peke. Ang pagbili, pagmamay-ari o paggamit ng pekeng kard ay labag sa batas. Tiyaking huwag kailanman bumili o gumamit ng mga peke.

Ang *credit card*, *prepaid card*, at *debit card* na ginagamit na pambayad mula sa iyong *account* ay tinatawag na "cashless payments" at ginagamit na pambili nang hindi ginagamitan ng pera. Ang ganitong paraan ng pagbabayad ay ginagamit sa iba't-ibang bahagi ng mundo, lalo na sa Tsina. Tandaan na bagama't maraming tindahan ang tumatanggap ng *credit card*, may ilan pa rin na tumatanggap lang ng pera. Kadalasan, may nakapaskel sa may pintuan o kaha kung anong *credit card* ang pwedeng gamitin. Parami nang parami ang mga tindahang tumatanggap ng *cardless payments* gamit ang QR code, telepono, o anumang kagamitang may maaaring gamitin.

また、日本では特定の店で買い物をするとポイントが貯まり、そのポイントをお金と同じように使うことができるポイントカードが普及しています。このようなカードシステムはお店側の販売促進や顧客確保のツールとして使われるもので、カードを作るときは無料であることがほとんどです。利用頻度の高いお店ではポイントカードを作ってポイントをためると有効に活用できます。

Ang ilang tindahan ay nagpapabuya sa kostumer ng puntos na maaaring gamitin na parang pera sa *point card*. Ang sistemang ito ay ginagamit sa mga tindahan bilang pang-hikayat sa mga kostumer, at kadalasan ay libre. Kung mayroon kang *point card* sa tindahang madalas mong binibilhan, ang mga puntos na ito ay maaaring ipambili ng produkto.

6. 日本の食事作法

　食事作法は、国や地域によって違いがあります。食事を床において座って食べる国、食卓を利用する国があり、食べ方としてナイフとフォークを使う、お箸を使う、何でも指で食べる地域などがあります。

　これらは気候や風土、料理の内容などから、その地域に最も適した食事方法として親しまれているものであり、その国の生活文化の一部といえます。

　日本で皆が美味しく、気持ちよく食事をする上で、作法や食べ方を理解し身につけることが大切です。実際の食事の場面で分からないことがあったときは、周りの人たちに尋ねながら覚えて試してください。

（1）日本の食事の特徴

　日本では基本的に食事にお箸を使います。箸の使い方にはルールがあります。例えば、箸で皿を寄せる、食べ物を箸で突き刺す、箸を持ちながら何を取るか迷う、箸を口にくわえる、二人で同時に同じものを箸でつまむ等は行儀の悪い作法となりますので、しないように気をつけます。

　大皿の御飯の上に副食物を載せ、副食物の味を御飯に染み込ませ、または混ぜ合わせて一緒に食べる方法が採られている国々があります。

　日本では、食材の持つ本来の味や姿を大切にした料理、盛り付け姿の美しさなどを大切にしています。大皿で料理が出されるときもありますが、基本的にはお茶碗やお椀をはじめ、一つひとつの料理ごとに１人前を皿に盛りますので、食卓の上にはいろいろなお皿が並ぶという特徴があります。主食の御飯、味噌汁といくつかの副菜のそれぞれの料理の持つ味を楽しみながら食事をします。

　大皿以外の食器は、基本的に箸を持つ手とは反対の手で持って食べます。箸で食器を叩く、音を立てて無造作に食器を置くことは行儀が悪いこととされます。汁物などは器に直接、口を付けてすすります。

6. Mga Tanging Asal sa Hapag-Kainan sa Japan

Ang mga asal sa hapag-kainan ay maaaring magkaiba depende sa bansa at rehiyon. Sa ibang bansa, nakaupo ang mga tao sa sahig habang kumakain, at sa ibang bansa naman ay may mesang kainan. Gumagamit ng kutsilyo ang iba habang kumakain, at chopsticks naman o daliri sa ibang lugar.

Ang mga pagkakaibang ito ay dala ng pagkakaiba sa klima, kultura, pagkain, atbp. Ang bawat bansa ay mayroong mga tanging asal sa hapag-kainan na nababagay sa paraan ng kanilang pagkain, kasama ang mga tao na siya ring bumubuo ng paraan ng kanilang pamumuhay.

Mahalagang maunawaan at makasanayan ang mga tanging asal sa hapag-kainan sa Japan upang malibang sa lasa at kapaligiran kapag kumakain. Kung hindi ka tiyak kung anong dapat gawin habang kumakain, tanungin ang mga tao sa paligid upang maturuan ka.

(1) Mga katangian ng pagkaing Hapon

Chopsticks ang kadalasang gamit sa pagkain sa Japan at may mga panuntunan sa paggamit ng mga ito. May mga hindi tamang paraan ng paggamit ng chopsticks na dapat iwasan. Halimbawa ay ang pag-usog ng mga plato gamit ang chopsticks, pagtuhog ng pagkain gamit ang chopsticks, paglibot ng chopsticks sa ibabaw ng pagkain habang pumipili ng gusto, pag-iwan ng chopsticks sa bibig pagkatapos sumubo ng pagkain, at pagpapasa-pasa ng pagkain sa pagitan ng dalawang tao gamit ang chopsticks.

Sa ibang bansa, inilalagay ang ulam sa ibabaw ng kanin o inihahalo ito sa kanin para mababad ng lasa ng ulam ang kanin.

Binibigyang-diin sa pagkaing Hapon ang natural na lasa at itsura ng mga lahok, ganundin ang kagandahan ng pagkain at ang pagkakaayos nito. Bagama't kung minsan ay nakahain ang pagkain sa bandehado, kadalasang ay bawat putahe ay inilalagay sa mga mangkok o platito. Katunayan, isa sa mga katangian ng pagkaing Hapon ay ang paghahayin din nga maraming platito upang ang bawat putahe, kasama na din ang kanin na syang pangunahing pagkain, ay lubusang matamasa ng kumakain.

Bukod sa malalaking bandehado, kadalasang inilalagay ang platito o mangkok sa isang kamay habang kumakain gamit ang chopsticks sa kabilang kamay. Ang pagtapik sa plato gamit ang chopsticks o maingay na paglalagay ng pagkain sa mga platito ay tinuturing na kabastusan sa hapag-kainan. Ang sabaw ay iniinom sa pamamagitan ng pagdadampi ng mangkok sa mga labi ng kumakain.

日本人は手指が汚れるような食事の仕方を「衛生的でない」としてあまり好みません。飲食店では大抵おしぼりや水が無料で提供されますので、手指が汚れたときには、おしぼりなどでさっと汚れを落とすようにします。パーティなど大勢の人との会食時やレストランなどでの外食時など、周囲に日本人がいるところで食事をするときには、パン類やサンドイッチ、おにぎりやお寿司など手で摘まむものを除き、素手で直接料理をつかむ食べ方をしないようにしてください。

（2）食事のマナーや作法

　日本では、食事のマナーにその人の育ちや人となりが出ると考えられています。食卓に肘をついて食べることは、日本ではマナー違反となります。

　また、食事のときに咀嚼音などをたてることは行儀が悪いとされます。音をたてて食べることをマナー違反とする国は多くあります。ただ日本の場合は、お蕎麦など麺類を食べるときに限っては音をたててすすっても良いとされています。

　食事の場所にもよりますが、むやみやたらに大きな声で会話をすることは避けてください。例えばレストランなどは自分だけでなくほかのお客さんもいる共有の場となりますので、周りへの気遣いが大切になります。

　その他、食事の作法として次のことに留意します。

●「いただきます」と「ごちそうさま」のあいさつ

　日本では、食事の前に食べ物の命をいただくという意味を込めて「いただきます」、食べ終わりには自然の恵みに対する感謝の意味を込めて「ごちそうさま」と胸の前で手を合わせて軽くお辞儀をする習慣があります。料理を作ってくれた人、食材を作ってくれた人に対する感謝の意味も込められています。声に出しにくいときは心で唱えてみてください。

●食事時の座る位置

　上司や目上の方と同席するような正式な食事の場では、座席に「上座」と「下座」がありますので留意が必要です。普通は入り口から離れた奥の方が上座となり、目上の方が座ります。座る位置は自分で決めてしまわずに、周りの人たちに聞くようにしてください。

Hindi gumagamit ng kamay o daliri sa pagkain ang mga Hapon dahil ito ay tinuturing na hindi malinis. Karamihan sa mga restawran ay nabibigay ng libreng basang tuwalya sa kostumer upang pampunas ng kamay at mga daliri kung marumihan ang mga ito. Kung pupunta sa malakihang pagtitipon sa restawran kung saan maraming nakapaligid na Hapones, tiyaking hindi kumuha ng pagkain gamit ang kamay maliban kung ito ay tinapay, sanwits, sushi, atbp.

(2) Mga tanging asal sa hapag-kainan

Sa Japan, ang mga tanging asal sa hapag-kainan ay tinuturing na salamin ng pagpapalaki sa iyo at ng iyong pagkatao. Tinuturing na masamang asal sa Japan ang kumain nang nakapatong ang mga siko sa mesa.

Kabastusan din ang maingay na pagnguya habang kumakain, ganundin sa marami pang ibang bansa. Ngunit sa Japan, ang tanging oras lamang na tanggap ang pagkain nang maingay ay kung kumakain ng soba o iba pang bihon.

Bagama't depende sa lugar, dapat mong iwasan ang pagsasalita nang malakas habang kumakain. Halimbawa, kapag kumakain sa lugar na kasama ang ibang tao, tulad ng restawran, mahalagang alalahanin ang iba.

Pakitandaan din ang mga sumusunod na tanging asal sa hapag-kainan.

● Pagsasabi ng *itadakimasu* at *gochisousama*

Sa Japan, sinasabi ang *itadakimasu* bago kumain dahil tumatanggap tayo ng grasya para sa buhay. Pagkatapos kumain, sinasabi ang *gochisousama* nang magkadikit ang mga palad sa harap ng puso habang bahagyang nakatungo bilang pasasalamat sa kasaganahan ng kalikasan. Ang mga salitang ito ay pagpapasalamat sa taong nagluto. Kung ikaw ay nasa lugar kung saan hindi dapat magsalita nang malakas, pakisabi ang mga salitang ito sa iyong sarili lamang.

● Puwesto ng upuan habang kumakain

Kapag kumakain kasama ang mga mas nakakataas sa iyo, tandaan ang tamang pwesto ng upuan na ang tawag ay *kamiza* (lugar ng karangalan) at *shimoza* (mas mababang upuan). Kadalasan, ang *kamiza* ay ang pinakamalayong upuan sa pintuan kung saan umuupo ang may mataas na katayuan. Sa halip na pumili ng sariling upuan, tanungin ang taong malapit sa iyo kung saan ka dapat umupo.

●食べ残しをしない

　日本では原則、食べ残しをしないことが、より礼儀にかなうとされます。

　また食べかすを食卓の上に無造作に出したり、床に捨てるということは禁物です。食卓や床の汚れは不衛生と感じられます。食べかすは空いたお皿の隅に寄せてまとめます。魚の骨などは散らかさずに食器の片隅に置くことで心配りのできる人と思われ、後片付けも楽になります。

● Walang tiring pagkain

Bilang pangkalahatang panuntunan, mabuting asal ang ubusin ang lahat ng pagkain sa iyong plato.

Ang pagtira ng pagkain sa mesa o lapag ay tinuturing na bawal. Tinuturing ng mga Hapon na hindi kalinisan ang maruming mesa o lapag. Tiyaking ipunin ang tirang pagkain sa isang sulok ng walang lamang plato. Ang mga taong iniipon ang tinik ng isda sa isang sulok ng plato ay tinuturing na maalalahanin, dahil mas madali itong linisin pagkatapos.

7. 日本の住宅事情

　技能実習生や特定技能外国人の皆さんは、「中長期在留者」（20（4）参照）として日本に滞在するにあたり、自らの住居を定めることになります。

　実際に住むことになる住居について、所属する企業が寮や賃貸住宅の宿舎を用意するか、場合によっては自らが手配することになります。

　日本の住宅事情などで留意しておくべき点については次のとおりです。

（1）日本の賃貸住宅

　日本では賃貸住宅を借りるときに、毎月の家賃の他に「敷金・礼金・更新料」という費用が発生することが多いです。また、多くの場合、借りるときには「連帯保証人」（契約者が家賃や解約時の原状回復に必要な費用の支払いができない時に、本人に代わってその費用を保証する人）をたてることを求められます。特に外国人にとって、これが契約の際に障害となることが多く見受けられます。技能実習生や特定技能外国人の皆さんが直接賃貸住宅を探して住むことを検討したい場合は、まず生活指導員や支援担当者などに相談してください。

　敷金と礼金は、どちらも、住宅を借りる前に大家さんに支払う初期費用です。

　敷金は、生活している間についた傷などを直すために賃貸契約の際に大家さんに預ける一時金で、住宅の契約を解除するときに修繕費として使われます。敷金は1〜2ヵ月分の家賃程度の額で設定されることが多いです。家屋の原状回復が終わった後、残額があれば支払った人に戻ってきますが、修繕規模が大きく敷金で足りない場合は追加での支払いが必要になることもあります。大家さんに確認せずに部屋の一部を改造したり、勝手に壁に釘を打つなどして家屋を傷めるようなことはしないでください。大きなトラブルになる可能性もありますので、物件を借りる前から傷や汚れがある場合は、写真を撮って記録し、大家さんに確認しておくとよいでしょう。

　礼金は、大家さんに対するお礼として支払うお金です。礼金も、家賃1〜2ヵ月分とするところが多いです。敷金とは異なり返金はされません。

　賃貸住宅の場合、一般的に2年に1回の頻度で賃貸契約を更新します。更新料は、この物件の契約期間を更新するとき、大家さんに支払う料金です。家賃の1ヵ月分を支払うケースが一般的です。

7. Pabahay sa Japan

Ang *technical intern trainees* at *specified skilled workers* ay mayroong katamtaman o mahabang kalagayan ng pagtira sa Japan (tingnan ang 20 (4)) at may sariling tirahan.

Ang iyong tirahan ay maaaring dormitory sa kumpanya o apartment na inuupahan ng kumpanya, o maaring ikaw mismo ang kailangang maghanap ng tirahan mo.

Pakitandaan ang mga sumusunod tungkol sa pabahay sa Japan.

(1) Inuupahang pabahay sa Japan

Kadalasan kapag umuupa ng bahay sa Japan, bukod sa buwanang upa, kailangan mo ding magbayad ng desposito (*shikikin*), key money (*reikin*), and renewal fees (*koushinryo*). Gayundin, kadalasan ay kailangan mo ng cosigner (*rentai hoshounin*), isang taong payag na magbayad sa ngalan ng umuupa kung hindi siya makabayad, gaya ng upa o bayad sa pagkumupuni upang maibalik ang kabahayan sa orihinal na kondisyon kapag nakansel ang kontrata. Kadalasang ito na nakikitang hadlang ng mga dayuhan kapag pumipirma ng kontrata. Kung, bilang *technical trainee* o *specified skilled worker*, ay nais mong maghanap ng sarili mong tirahan, tiyaking makipag-usap sa iyong *daily life advisor* o *support manager*.

Ang deposito at key money ay dapat ibayad sa may-ari bilang paunang bayad bago makaupa ng tirahan.

Ang deposito ay ang bayad sa may-ari kapag nagpirmahan ng kontrata at ginagamit sa pagkumpuni ng anumang sira sa bahay habang ikaw ay nakatira doon kapag nakansela ang kontrata. Kadalasan, ang deposito ay katumbas ng isa hanggang dalawang buwang upa. Matapos makumpuni ang mga sira sa bahay at maibalik ang bahay s orihinal na kalagayan nito, ang anumang matira sa deposito ay ibinabalik sa taong nagbayad nito. Ngunit kung minsan, kung hindi sapat ang deposito sa pagkukumpuni ng mga sira, sisingilin ka ng karagdagang bayad. Huwag ibahin ang anumang bahagi ng silid o magpukpok ng mga pako, atbp. sa mga dingding nang walang pahintulot ng may-ari. Ang paggawa nito ay maaring magbunga ng malalaking problema, kaya't tiyaking kunan ng larawan ang mga gasgas, dumi, o pinsala sa inuupahan, at ipasuri ito sa may-ari bago pumirma sa kontrata.

Ang key money ay bayad bilang pasasalamat sa may-ari. Kadalasan, isa o dalawang buwang upa ang katumbas nito. Di gaya ng deposito, ang key money ay hindi na isinasauli.

Sa pag-upa ng bahay, kadalasang ang kontrata ay pinapalitan ng bago kada dalawang taon. Ang bayad sa pagpapalit ng bagong kontrata ay ibinibigay sa may-ari upang mapayagan ka pang tumira sa bahay. Kadalasan itong katumbas ng isang buwang upa.

最近は、敷金や礼金、更新料を必要としない物件も増えています。

敷金・礼金・更新料については、確認が足りないとお金のトラブルの原因になります。部屋を借りる前に、いくら必要なのか確認しておきましょう。

住むところが決まったら、緊急の時に備えて周辺にある以下の施設の場所を確認しておきましょう。

① 病院、診療施設

② 交番

③ 災害時の避難施設

（2） 一般的な住宅のつくりと使い方

一般的な日本の住宅の構造や設備は次のようなものとなります。

ⅰ 玄関

日本の住宅には必ず「玄関」と呼ばれる入り口があります。玄関は大抵部屋の中よりも低い位置にあり、外用の靴では先に進めない境界でもあります。日本の住宅は、外用の靴のまま家の中に入ることはできません。靴はここで脱ぎ、室内用のスリッパにはき替えるか、そのまま家の中に入ります。

会社の事務所などは床に絨毯が敷いてあっても外用の靴のまま入るところが多くありますが、住宅の場合は靴のまま入ることはほとんどありません。他人の家を訪問したときなどは、特に気をつけましょう。

ⅱ 畳とフローリング

畳とは、藁にイグサを編み込んで作る日本独自の床材のことです。畳を敷き詰めた部屋のことを「和室」と呼びます。また、日本では畳1枚分の大きさを使って部屋の大きさを表現します。例えば、畳6枚分の大きさなら「6畳の広さ」という表し方をします。4.5枚分の大きさなら4.5畳の広さです。

畳は草を使って作られていますので柔らかく傷つきやすい性質があります。スリッパのような履き物をはいたまま部屋を使うことはしないでください。

Kamakailan lamang ay mayroon nang mga tirahan na hindi na naniningil ng deposito, key money, o bayad sa pagpapalit ng bagong kontrata.

Kung hindi mo lubusang susuriin ang deposito, key money, at bayad sa pagpapalit ng bagong kontrata, maaari kang magkaproblema. Bago umupa ng tirahan, tiyakin ang halaga ng kailangan mong pera.

Kapag nakapagpasya ka na sa lugar na titirhan, suriin ang lugar ng mga sumusunod na pasilidad sa oras ng emerdyensya.

① Mga ospital at klinika

② Koban o istasyon ng pulis

③ Mga pasilidad ng paglikas sa panahon ng emerdyensya

(2) Pangkalahatang konstruksyon ng kabahayan at mga gamit nito

Ang konstruksyon at mga gamit nito sa pangkaraniwang bahay sa Japan ay ang mga sumusunod.

i Pasilyo

Ang lahat ng bahay sa Japan ay mayroong pasilyong tinatawag na *genkan*. Ang *genkan* ay sadyang mas mababa kaysa ibang silid, na nagsisilbing tanda kung saan dapat mong alisin ang sapatos na panglabas. Sa mga bahay sa Japan, kailangan kang maghubad ng sapatos bago ka pumasok sa loob. Dapat mong tanggalin ang mga ito at magpalit ng tsinelas na panloob ng bahay o pumasok sa bahay nang nakamedyas o nakayapak.

Isang hindi kasama sa panuntunang ito ay mga opisina, kung saan maaari kang maglakad sa sahig na may karpet gamit ang iyong sapatos na panlabas. Subalit, tiyaking hubarin ang iyong sapatos kapag pumasok sa tahanan ng iba.

ii Tatami at sahig

Ang tatami ay latag sa sahig na gawa sa hinabing dayami na walang kapareho sa labas ng Japan. Ang mga silid na may sahig na tatami ay tinatawag na *washitsu*, silid na estilong-Hapon. Ang mga silid na ito ay malimit na sinusukat batay sa kung ilang banig ng tatami ang kasya sa loob. Halimbawa, 6-*jo* (*rokujo*; anim na banig) and 4.5-*jo* (*yojouhan*; apat at kalahating banig).

Dahil ang banig ng tatami ay gawa sa dayami, ito ay malambot at madaling masira. Tiyaking huwag maglakad sa tatami nang may suot na tsinelas o anumang sapatos.

日本の家屋では畳を使った和室の部屋が一般的でしたが、最近は西洋風の部屋である「洋室」の間取りを持つ家が多くなりました。洋室とは木材などのフローリング材質の床を持つ部屋のことです。広さの表し方は畳と同じですが、洋室は和室と比べると、同じ畳数でも若干狭い傾向があります。

iii　布団とベッド

　諸外国の多くは、寝るときに就寝用の台であるベッドを使っています。技能実習生や特定技能外国人の皆さんも、母国では、寝るときにベッドを使っていたのではないでしょうか。日本でも洋室にベッドを置いて寝室とする家庭が増えています。

　一方で、日本には昔から「布団」という寝具を和室などに直接敷いて就寝する独特の就寝方法があります。

　布団には、「敷き布団」と「掛け布団」があります。敷き布団を床の上に敷き横になります。そして、体の上から掛け布団をかけて体を温めながら眠ります。

　和室には一般的に「押し入れ」と呼ばれる収納スペースがあり、布団は毎日、寝る前にここから取り出して床に敷き、朝起きた後、たたんで戻します。布団を必要なときに敷き、不要なときに畳んでしまうことで部屋を多目的に広く使うことができます。

　布団を押し入れにしまわないで敷きっ放しにすることを万年床といいます。この様な状態にすると、布団や畳に湿気が溜まり、カビが生えるなど不衛生な状態になります。布団を使って生活するときは、毎日押し入れにしまうようにして、晴れた日には外で布団を干すようにしましょう。

Ayon sa kaugalian, ang mga bahay na Hapon ay kadalasang may mga silid na estilong-Hapon na may tatami; ngunit karamihan sa mga modernong bahay ay may estilong-kanluranin (*yoshitsu*). Ang mga silid na estilong-kanluranin ay may kahoy na sahig. Bagama't sinusukat ang mga ito sa parehong sistema ng tatami, ang mga silid na estilong-kanluranin ay kadalasang mas maliit kaysa mga silid na estilong-Hapon.

iii Futon at kama

Karamihan sa mga tao sa mundo ay natutulog sa kama. Marahil, karamihan sa mga *technical intern trainees* at *specified skilled workers* na narito sa Japan ay natutulog sa kama sa bansang pinagmulan. Parami nang parami ang mga tahanan sa Japan ang natutulog sa kama sa mga silid na estilong-kanluranin.

Sa kabilang banda, ang paraan ng mga Hapon ng pagtulog mula pa noong unang panahon ay gumamit ng higaang tinatawag na futon na inilalatag sa tatami ng silid na estilong-Hapon.

Ang futon ay may *shikibuton* (higaan) at *kakebuton* (kumot). Ilagay ang *shikibuton* sa sahig at matulog sa ibabaw nito. Gamitin ang *kakebuton* para kumutan ang sarili nang hindi ginawin habang natutulog.

Ang mga silid na estilong-Hapon ay may taguan na ang tawag ay *oshiire*. Sa gabi bago matulog, inilalabas mula dito ang futon at inilalatag sa sahig, at pagkatapos ay ibinabalik sa *oshiire* pagkagising. Ang mga silid na estilong-Hapon ay may maraming kaukulan dahil ang futon ay maaring ilagay sa taguan at ilabas lamang kung kailangan.

Ang pag-iwan ng futon sa sahig ay tinatawag na *mannendoko*. Maaari itong maging sanhi ng halumigmig sa futon at tatami, at magbunga ng amag, na lubhang hindi malinis. Kung may makita kang futon sa iyong tahanan, tiklupin ito at itago sa taguan araw-araw at painitan sa labas kung mataas ang araw.

iv　お風呂とシャワー

　技能実習生や特定技能外国人の皆さんの母国では、体を洗うときにシャワーだけを使っていた人が多いのではないでしょうか。日本では多くの人がお風呂に入って体を温めてから体を洗います。

　日本のお風呂は、お湯を溜めてつかる「湯船」と体を洗う場で構成されています。一般的なお風呂の使い方は、まず、洗い場でシャワーや湯船の湯を汲み出し、体についた汚れを簡単に流します。次に湯船につかり体を温めた後、湯船から出て洗い場で体を洗います。石鹸を流し再び湯船で体を温めます。

　基本的に、湯船の湯は複数の人が利用し、1人ごとに湯を張り替えることはしません。次に使う人のため、お湯をきれいに保つようにします。湯船の中で体を洗うことや、体についた石鹸を湯船で洗い流すことはマナー違反です。また、体を洗ったタオルを湯船に入れてはいけません。排水管がつまる原因になるので、お風呂で髪を切って、そのまま流すのも控えてください。

　日本では各住宅の浴室以外に、銭湯や温泉などの公衆浴場があります。公衆浴場は、広いからといって湯船に飛び込んだり中で騒いだりすると、足元が滑りやすいので危ないですし、周りの利用者の迷惑となります。また、一般的に水着の着用はできません。施設の利用にあたってのルールやマナーを守るようにしてください。なお、こうした場では貴重品やお金の管理に注意してください。ロッカーに入れて鍵をかけるか、受付の人に預かってもらいましょう。

　日本のお風呂も慣れると大変に気持ちのよいものです。体を温めると、血液の循環がよくなり、一日の疲れが取れてしっかりと睡眠が取れます。特に温泉などは地域により特色があり健康に効用がありますので、上手に利用してみてください。

61

iv Banyera at paliguan

Marahil karamihan sa inyong nagpunta sa Japan bilang *technical intern trainees* o *specified skilled workers* ay gumamit lamang ng paliguan o shower sa inyong bansang pinagmulan. Ngunit sa Japan, maraming tao ang naliligo sa banyera ng maligamgam na tubig bago magsabon.

Ang mga paliguan sa Japan ay binubuo ng banyera o bathtub (*yubune*) kung saan nagbababad ang mga tao sa mainit na tubig, at sahig kung saan nililinis ang katawan ng naliligo. Karamihan sa mga tao ay naliligo muna sa shower o sumasalok ng tubig sa banyera upang magbanlaw. Pagkatapos, nagbababad sila sa banyera upang mainitan ang katawan, at umaahon upang tapusin ang paliligo. Bilang katapusan, nagbabanlaw sila at bumabalik sa banyera upang mainitan muli.

Kadalasan, iba-ibang tao ang gumagamit ng parehong tubig sa banyera, at hindi ito pinapalitan para sa bawat tao. Mahalagang panatilihin ang kalinisan ng tubig upang matamasa ito ng susunod na gagamit. Ang magsabon o magbanlaw sa loob ng banyera ay masamang ugali. Gayundin naman, huwag na huwag ilagay ang tuwalya ginamit sa pagsasabon ng sarili sa loob ng banyera. Dapat ding iwasan ang pagputol ng buhok at pag-iwan nito sa paagusan ng tubig dahil magbabara ang mga tubo.

Bilang karagdagan tungkol sa mga paliguan sa tahanan sa Japan, maaari ka ding maligo sa mga pampublikong paliguan at mainit na bukal. Bagama't malaki ang mga pampublikong paliguan, mapanganib ang tumakbo-takbo at tumalon sa tubig dahil madulas ang sahig. Nakakagambala din ito sa iba pang gumagamit ng paliguan. Tandaang hindi ka pwedeng magsuot ng bathing suit sa mga lugar na ito. Tiyaking sundin ang mga patakaran sa bawat pampublikong paliguan. Gayundin naman, tandaang itago ang mga mahalagang gamit at pera sa kahang bakal sa locker o ipatago ito sa resepsyon.

Kapag nasanay ka na, ang estilong Hapon ng paliligo at tunay na nakakapresko. Ang pagpapainit ng katawan ay nakakabuti ng daloy ng dugo, at nakakapagpahinga ng kalamnan, kaya't nagiging masarap ang tulog. Ang bawat rehiyon ay may sariling mainit na bukal na may iba't ibang katangian at benepisyo sa kalusugan, kaya't subukan ang mga ito.

ⅴ　トイレの種類と使用方法

　日本のトイレには和式と洋式の２種類があります。和式は日本の伝統的なかたちのトイレです。洋式はアメリカやヨーロッパと同じかたちのトイレです。最近、和式のトイレは減ってきていますが、賃貸住宅や公衆トイレでは一部、和式を設置しているところも多く残っています。

　基本的に、日本のトイレでは紙でおしりを拭きます。近年は洋式トイレの普及に伴い一般の住宅でも温水の自動洗浄でおしりを洗う便座が増えてきました。

　利用にあたっての注意点として、トイレで紙をつかうときは、必ずトイレットペーパーを使用します。トイレットペーパーはコンビニエンスストアやスーパーマーケットなどで売っています。自宅のトイレでは常になくならないように予備のものを用意するようにしてください。自宅以外ではそのトイレに設置されている紙を使ってください。日本のトイレの大半は水洗トイレですので、水に溶けやすい紙でないと流した後に管の中で詰まってしまい、故障の原因になります。

　次に使う人が不快な気持ちにならないように使用後は水で流してください。また、便器やその周りを汚さないように使いましょう。汚してしまったときにはトイレットペーパーなどを使って掃除をするのがエチケットです。

　トイレットペーパー以外のゴミはトイレに流さず、汚物を捨てる容器を別に用意し、その中に捨てるようにしましょう。

トイレの種類と使い方

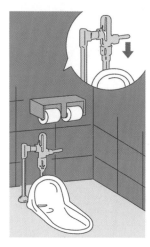

＜和式＞

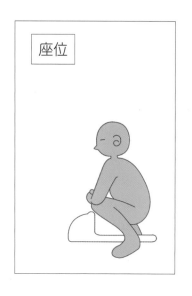

座位

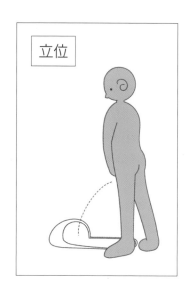

立位

v Mga uri ng inidoro at paano gamitin ang mga ito

May dalawang uri ng inidoro sa Japan, naka-iskwat, estilong-Hapon (*washiki*), at nakaupo, estilong-kanluranin (*youshiki*). Ang washiki ay tumutukoy sa naka-iskwat na inidoro na tradisyunal sa Japan, habang ang *youshiki* ay tumutukoy sa inidoro na estilong-kanluranin at malawakang ginagamit sa US, Europa, atbp. Bagama't kakaunti na ang naka-iskwat na inidoro kamakailan, makikita pa din ang mga ito sa paupahang bahay at ilang pampublikong palikuran.

Bilang pangkalahatan, pinupunasan ng mga tao sa Japan ang sarili gamit ang toilet paper. Nitong mga nakaraang taon, ang pagsikat ng nakaupong inidoro ay nagbunga ng mga modelong awtomatikong naglilinis ng puwit gamit ang maligamgam na tubig maging sa mga pangkaraniwang bahay.

Isang mahalagang bagay na dapat tandaan tungkol sa mga inidorong Hapon ay dapat ka laging gumamit ng toilet paper. Ang mga toilet paper ay mabibili sa mga convenience store o pamilihan, atbp. Tiyaking mayroon kang sapat na toilet paper sa iyong bahay. Kung wala ka sa bahay, maaari mong gamitin ang nakalaang toilet paper. Karamihan sa inidoro sa Japan ay ginagamitan ng tubig kapag nililinis, kaya't kung gagamit ka ng ibang klaseng papel maliban sa toilet paper na madaling malusaw, masisira ang mga tubo at magbubunga ng pinsala.

Tiyaking laging i-flush ang inidoro pagkagamit upang ang susunod na gagamit ay hindi magkaproblema. Gayundin naman, tiyaking malinis ang upuan at paligid nito. Kung makapagkalat ka, mabuting gawi ang linisin ito gamit ang toilet paper, atbp bago umalis.

Huwag kailanman magtapon ng basura sa inidoro. Sa halip, ibalot muna ang basura at itapon ito sa natatanging basurahan.

Mga uri ng inidoro at paano gamitin ang mga ito

<Washiki (estilong naka-iskwat)>

Nakaupo

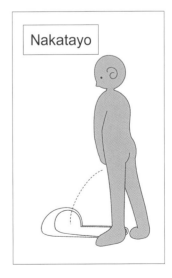

Nakatayo

<洋式>

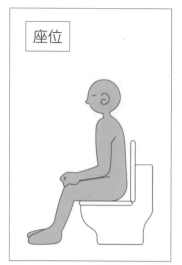
座位

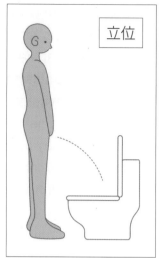
立位

vi　水道光熱（水道／電気／ガス）

　日本の住宅には、基本的に電気、水道、ガスのインフラが整備されています。

　IHコンロなど電気を使うシステムも出てきていますが、多くの住宅では、台所の調理用コンロや浴室の風呂湯沸かし器はガスを使う仕組みとなっています。

　また日本では水道を通じて家屋や建物にきれいな水を届ける仕組みが整備されています。諸外国では煮沸等をしないと飲用水とならないところもありますが、日本の水道水はそのまま飲むことができます。

　しかし、水道や電気、ガスの料金は、各住居への供給環境が整備されている分、他のアジア諸国と比べるとかなり高額です。水道料金やガス料金、電気料金は使用量にあわせて請求されます。これらの料金について、宿泊施設によっては事前に給料から天引きされる契約となることもあります。その場合は、毎月決まった額が引かれるのか、月によって異なる額となるのかをあらかじめ確認するようにしてください。

　電気、ガス、水道を使うためには、その地域の電力会社、ガス会社、水道に関しては市区町村などの自治体や水道供給会社に使用開始の連絡を入れ、使える状態にしてもらう必要があります。

　また、引っ越しをするときは、これまで料金を支払っていた電力会社、ガス会社、自治体等に利用停止の手続きが必要です。利用開始や利用会社を変更する時は、監理団体の担当者や生活指導員、支援担当者に相談しながら行うようにしてください。

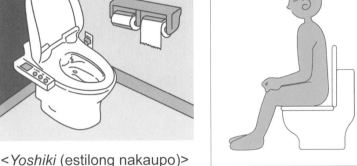

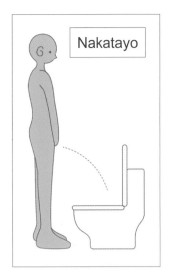

<Yoshiki (estilong nakaupo)>

vi Mga Palingkuran (tubig, gas, kuryente)

Karamihan sa mga pabahay sa Japan ay may imprastraktura para sa kuryente, tubig, at gas.

Bagama't may mga modernong bahay na kung minsan ay gumagamit ng IH na kalan, karamihan ay mayroong kalang de-gas sa kusina para sa pagluluto, at pampainit ng tubig sa palikuran.

Sa Japan, ang malinis na tubig ay ipinapasok sa loob ng bahay at gusali sa pamamagitan ng patubigan. Bagama't may mga bansa sa mundo kung saan kailangang pakuluan ang tubig bago inumin, sa Japan, ang tubig mula sa gripo ay ligtas inumin.

Subalit, ang imprastraktura na nagtutustos ng tubig sa gripo, kuryente, at gas sa mga kabahayan ay mas mahal kaysa mga bansa sa Asya. Ang bayarin sa tubig, gas, at kuryente ay depende sa konsumo ng mga ito. Depende din sa iyong pabahay, ang bayad para sa mga ito ay maaaring ibawas sa iyong sweldo nang maaga. Sa kasong ito, maaring maliit na presyo ang ibawas sa iyo kada buwan, o paiba-iba bawat buwan, kaya't tiyaking alamin muna ang sitwasyon mo.

Upang makagamit ng kuryente, gas, at tubig, kailangan mong kontakin ang lokal na pamahalaan o kumpanya ng mga palingkuran upang humiling ng serbisyo.

Kung lilipat ka sa ibang tirahan, kailangan mong kontakin ang mga kumpanya ng kuryente at gas sa lokal na pamahalaan upang putulin ang serbisyo. Bago magsimula ng serbisyo o magpalit ng kumpanya, makipag-ugnayan muna sa supervising organization coordinator, daily life advisor, o support manager.

vii　一般家庭でよく使われている電気製品

　日本の家庭では、いろいろな電気製品が使われています。一般的なものとしては、室内灯や電気炊飯器、掃除機、洗濯機、こたつ、テレビ、電子レンジ、電気毛布、冷蔵庫、アイロン、ヘアードライヤーなどがあります。

　どれもわたしたちの生活を快適にしてくれるものですが、強い熱を発するものや濡れた手で使うと感電の危険があるなど、使用する際には注意が必要です。特に洗面所など水が近くにある場所でヘアードライヤーなどの電気製品を使う場合は注意してください。

　日本の家庭用電気の電圧は100ボルト（V）です。電圧が異なるため電池式以外の諸外国の電気製品はそのまま日本で利用することはできません。電圧を変換する機器を使えば、海外の電化製品も日本で使えるようになります。逆に日本の電気製品は、日本以外の国ではそのままでは使えませんので留意して下さい。海外の電気製品を使うときや電気製品を購入した時には、安全な使用方法を生活指導員や支援担当者に教えてもらってください。

各国の電圧などの例

国名	電源		テレビ放送カラー方式	国名	電源		テレビ放送カラー方式
	電圧（V）	周波数（Hz）			電圧（V）	周波数（Hz）	
日本	100	50 60	NTSC	タイ	220	50	PAL
中国	220 110	50	PAL	ミャンマー	230	50	NTSC
ベトナム	220 南部 110 併用	50	PAL	カンボジア	120 220	50	NTSC
インドネシア	230 220 127 (110)	50	PAL	フィリピン	240 220 115 110	60	NTSC
モンゴル	220	50	SECAM	スリランカ	230	50	PAL
ネパール	220	50	PAL	ラオス	220	50	PAL

vii Pangkaraniwang gamit sa bahay

Ang mga bahay sa Japan ay gumagamit ng maraming uri ng dekuryenteng gamit. Sa pangkalahatan, kasama dito ang panloob na ilaw, pangsaing, vacuum cleaner, washing machine, *kotatsu* (mesang may heater sa ilalim), telebisyon, microwave, dekuryenteng kumot, refrigerator, plantsa, at pampatuyo ng buhok.

Bagama't nakakagaan ng buhay ang mga gamit na ito, maaari din silang maging mapanganib. Ang ilan ay lumilikha ng matinding init, at ang ilan naman ay maaring makakuryente kung mahawakan ng basang kamay, kaya't kailangan ng matinding pag-iingat sa mga ito. Lubusang pag-iingat ang kailangan lalo na sa paggamit ng mga kagamitan tulad ng hair dryer malapit sa lababo o anumang labasan ng tubig.

Sa Japan, ang mga kagamitang pambahay ay tumatakbo sa kuryenteng 100 boltahe AC. Dahil dito, bukod sa mga de-bateryang kagamitan, 100-boltaheng kagamitan lamang ang maaring gamitin sa Japan. Subalit, kung mayroong kombertidor ng boltahe, ang mga kagamitang hindi 100-boltahe ay maaring gamitin sa Japan. Gayundin naman, ang mga dekuryenteng kagamitan na bibilhin mo sa Japan ay maaring hindi magamit sa iyong bansa. Tiyaking makipag-usap muna sa iyong *daily life advisor* o *support manager* bago gumamit ng anumang dekuryenteng kagamitang binili sa labas ng Japan para sa ligtas na paggamit ng mga bagong kagamitan.

Kuryente sa ibang bansa

Pangalan ng bansa	Lakas ng kuryente		Pormat ng telebisyong dekolor	Pangalan ng bansa	Lakas ng kuryente		Pormat ng telebisyong dekolor
	Boltahe (V)	Prikwensiya (Hz)			Boltahe (V)	Prikwensiya (Hz)	
Japan	100	50 60	NTSC	Thailand	220	50	PAL
Tsina	220 110	50	PAL	Myanmar	230	50	NTSC
Biyetnam	220 O 110 sa timog	50	PAL	Cambodia	120 220	50	NTSC
Indonesiya	230 220 127 (110)	50	PAL	Pilipinas	240 220 115 110	60	NTSC
Mongolia	220	50	SECAM	Sri Lanka	230	50	PAL
Nepal	220	50	PAL	Laos	220	50	PAL

viii　ガスの種類と利用上の注意

　日本の住宅では都市ガスとプロパンガスのどちらかを使用しています。ガスの種類にあわせてコンロ等の設置が必要となりますので、住宅を借りる際にガスの種類を確認してください。

　ガスは使用方法を誤るととても危険で、ガス中毒で身体の機能障害を引き起こしたり、死ぬこともあります。ガス事故に遭うと一命を取り留めても後遺症に苦しむことになります。また火事の原因にもなります。換気方法も含めて生活指導員や支援担当者から使用方法を教わり、安全に利用してください。

　火をつけたとき、炎が青ければ問題ありません。しかし、炎が赤いときは一酸化炭素という危険な気体が出ています。こうした現象が見られるときは、生活指導員や支援担当者に連絡し、専門家にガス機器の調整をして貰うようにします。

　なお、ガス漏れ事故を防ぐために、ガスには匂いが付いています。ガスの匂いに気づいたら、すぐに次のことをしてください。

　①　窓や戸を大きく開けて換気します。ただし、換気扇を使ってはいけません。
　②　ガスの元栓を閉めます。
　③　ガス会社に連絡します。

　ガスの匂いがしたら、絶対に火をつけてはいけません。お風呂場の湯沸かし器やガスコンロだけでなく、ライターもマッチも使ってはいけません。小さな火花でも火がつく危険がありますので、換気扇も電灯も使わないでください。

（3）住む上での留意事項

　日本の住宅は狭く、密着していますので大きな声や音を出すと近所に響きます。近隣からの苦情となりやすいものが騒音です。例えば次のような苦情がよく寄せられます。

　①　隣に住んでいる人が、夜、遅い時間に、大きな音量で音楽をかけること。
　②　知り合いを呼んで大きな声でおしゃべりすること。
　③　洗濯機などの大きな音が出る機械を夜に使ったりすること。

　こうしたトラブルは日本人、外国人を問わず起こります。困った人が警察に相談、通報するようなケースもあるようです。

　日本で生活するにあたっては、特に夜遅い時間に大きな音を出さないように気をつけてください。

viii   Mga uri ng gas at pangangalaga ng mga ito

May mga kasangkapan sa Japan na ginagamitan ng gas ng lungsod o ng propane. Ang kalan ay maaring kailanganin depende sa uri ng gas, kaya't tiyaking alamin ito kapag mangungupahan ng bahay.

Maaring maging mapanganib ang gas kapag hindi ito ginamit nang wasto. Ang pagkalason sa gas ay maaaring maging sanhi ng kapansanan o maging kamatayan. Kahit na makaligtas ka sa aksidente dahil sa gas, maaari itong magkaroon ng pangmatagalang epekto sa iyong kalusugan. Maaari ding maging sanhi ng sunog ang gas. Hilingin sa iyong *daily life advisor* o *support manager* na ipakita sa iyo kung paano dapat gamitin ang gas at ng bentilasyon upang manatili kang ligtas.

Ang kagamitang gas ay dapat na may kulay asul na ningas, na nagpapahiwatig na tama ang gas nito. Kung kulay pula ang ningas, nangangahulugan itong naglalabas ito ng carbon monoxide, na nakakalason. Kung mangyari ito, magkipag-ugnayan sa iyong *daily life advisor* o *support manager* upang makipag-usap siya sa teknisyan upang maitama ang kagamitang de-gas.

Ang amoy ay idinagdag sa gas upang maiwasan ang aksidente dulot ng tagas ng gas. Kung makaamoy ka ng gas, agarang gawin ang mga sumusunod:
① Maluwag na buksan ang mga pinto at bintana upang dumaloy ang hangin sa silid, ngunit huwag gumamit ng bentilador.
② Isarado ang pangunahing patayan ng gas.
③ Tawagan ang kumpanya ng gas.

Kung makaamoy ka ng gas, huwag gumamit ng kahit anong apoy. Kasama dito hindi lamang ang pampainit ng tubig sa paliguan at kalan, kundi pati na rin ang mga panindi at posporo. Maging ang maliliit na tilamsik ng apoy ay mapanganib, kaya't huwag gumamit ng bentilador o dekuryenteng panindi.

(3) Mga bagay na dapat tandaan sa loob ng bahay

Ang mga bahay sa Japan ay maliliit at magkakalapit, kaya't kung minsan ay naririnig sa kapitbahay ang malalakas na usapan at anumang ingay. Ang ingay na ito ay maaaring ireklamo ng kapitbahay. Ang mga sumusunod ay iba't-ibang uri ng madalas na reklamo.
① Ang kapitbahay ay nagpapatugtog ng instrumento sa gitna ng gabi.
② Ang kapitbahay ay may mga bisita at malakas silang mag-usap.
③ Gumagamit ng maingay na kagamitan ang kapitbahay, tulad ng washing machine.

Ang mga ganitong uri ng problema ay dulot ng mga Hapones at mga dayuhan. May mga taong nagrereklamo ng kapitbahay sa pulis.

Habang nakatira sa Japan, ingatang huwag makipag-usap nang malakas, lalo na sa gabi.

また、大家さんに無断で家族や友人と一緒に暮らしたり、建物を勝手に自分以外の人に貸したり使わせたりすることも禁止されているので、しないでください。

　逆に、皆さんが、隣に住んでいる人が出す大きな音で悩むこともあるかもしれません。その場合は、まず生活指導員や、支援担当者に相談し、その後、大家さんに問題を説明しましょう。賃貸住宅の場合は、大家さんが問題の解決に取り組んでくれます。

　その他、日本では夏場に住宅内部の気温が上がりやすく、家屋内で知らないうちに熱中症になるケースも多く見られます。近年、気温がますます上昇しているという統計もあり、特に都市部では、エアコンの室外機から排出される熱や地面から出る熱により気温が上がる「ヒートアイランド」と呼ばれる現象が起きており、気温がきわめて高くなります。日本の暑さに慣れていない外国人の方は体調を崩しやすくなります。室内でも水分の補給や窓の開閉、空調の調整を意識するようにしてください。

　また、特に夏場に気温や湿度が上昇することで、細菌が増殖し食べ物が腐りやすくなります。日本人は衛生問題に大変に敏感です。自宅では生ゴミなどはこまめに処分し、料理に使用した調理器具や食器はきちんと洗うなど、台所を清潔に保つようにします。アルコールやエタノールを使用した消毒も効果的です。また、食材は冷蔵庫などを使ってきちんと管理します。

　もちろん台所のみならず、1週間に一度は部屋の隅々まで掃除をする習慣を身に付け、部屋も衣類も常に清潔な状態を保つよう心掛ける必要があります。特に、水回りとなるお風呂場や洗面所、トイレの掃除は必ず行うようにしてください。特に排水口なども髪の毛などゴミを取り除き、つまらないように掃除してください。

Tandaang hindi ka dapat magpatira ng kamag-anak o kaibigan sa iyong tirahan o ipahiram ang gusali sa ibang tao nang walang pahintulot mula sa may ari.

Sa kabilang banda, maaari kang mainis sa ingay ng iyong mga kapitbahay. Kung mangyari ito, unang makipag-usap sa iyong *daily life advisor* o *support manager*, atsaka ipaliwanag ang problema sa may-ari. Kung nakatira ka sa paupahang bahay, ang may-ari ang lulutas ng iyong problema.

Tandaang ang loob ng mga bahay sa Japan ay madaling uminit sa tag-araw at maging sanhi ng heatstroke bago mo pa man ito mamalayan. Ipinapakita ng istatistika na pataas nang pataas ang temperatura nitong mga nakaraan taon. Lalo na sa mga lungsod, ang init mula sa air conditioning units sa labas at mula sa sahig ay maaaring magdulot ng tinatawag na "heat island", at mabilis na nagpapataas ng temperatura. Ang mga dayuhang hindi sanay sa init sa Japan ay maaaring mabilis na magkasakit. Tiyaking uminom ng sapat na tubig kahit sa loob ng bahay, buksan o isara ang mga bintana, at iayon ang air conditioning upang manatiling malusog.

Ang tumataas na temperatura ay alinsangan sa tag-araw ay maaari ding makapagpalago ng bakterya, na nakakapanis agad ng pagkain. Lubos na maselan ang mga Hapon sa kalinisan. Ang mga basura sa kusina ay dapat itapon agad-agad, ang mga kaldero, kawali, at mga sandok na ginamit sa pagluluto, ganundin ang mga plato, ay lubusang linisin, at ang kusina ay dapat panatilihing malinis. Ang alkohol o ethanol ay mabisang pang-disimpekta. Ang mga pagkain ay dapat ilagay agad sa refrigerator upang hindi mapanis.

Bukod sa kusina, dapat ding ugaliin ang lubusang paglilinis ng buong silid minsan man lamang sa isang lingo, at tiyaking ang mga damit ay laging malinis. Linising mabuti ang paliguan, lababo, at inidoro. Laging suriin ang mga lagasan ng tubig, alisin ang anumang buhok at iba pang bagay upang hindi magbara ang mga tubo.

8. ゴミの出し方

　各家庭から出る不要物は通常、ゴミとして処分します、日本ではゴミ処理の円滑化や再利用・再資源化のために、住んでいる市区町村ごとに一定のルールを定めており、市民はそれに協力しています。

　一般的にはゴミの種類ごとにゴミを出す場所と曜日が決められています。いつ、どこに、どの種類のゴミを出すかは住んでいる市区町村に問い合わせます。分別ゴミの収集日表を作成しているところが大半ですので、役所などでもらうようにしてください。

　なお、市民からの次のような苦情がありますので気をつけてください。

① 　住宅のベランダや非常口、廊下にゴミを捨てる。時には窓から放り投げることもある。

② 　ゴミを分類せず、1つの袋の中に何でも詰め込んで捨てる。

③ 　人の見ていない夜などの時間に、ゴミ出しの日時を無視して様々なゴミを捨てていく。

　ルールを守らないと、出されたゴミが収集されず、街が不衛生な状態となり多くの人の迷惑となります。決められた日時に、決まった場所に、決められた種類のゴミを出すようにしてください。

　ゴミの出し方が分からないときは、生活指導員や支援担当者によく確認し、間違えないように分別して出すようにしてください。

　以下に基本的なゴミの出し方を掲載しますので参考にしてください。

8. Paano Magtapon ng Basura

Sa Japan, ang mga basura ay dapat itapon. Upang matiyak ang maayos na pagtatapon, paggamit muli ng mga bagay, karamihan sa mga lokal na pamahalaan sa Japan ay may sariling panuntunan tungkol dito, na dapat sundin ng mga residente.

Kadalasan, may nakatalagang lugar at araw ng koleksiyon ng bawat uri ng basura. Tanungin ang iyong lokal na pamahalaan kung saan, kailan, at anong uri ng basura ang dapat mong ilabas ng bahay para makolekta. Karamihan sa mga lugar ay may iskedyul sa bawat uwi, kaya't mangyaring kumuha ng impormasyon sa munisipyo.

Ang mga sumusunod na reklamo ay natanggap mula sa mga residente, kaya't mag-ingat sa pagtatapon ng basura.

① May mga taong nagtatapon ng basura sa beranda, emergency exit, koridor, atbp. Ang iba ay nagtatapon pa ng basura sa mga bintana.

② May mga tao ring hindi naghihiwa-hiwalay ng mga uri ng basura at naglalagay ng sari-saring uri sa iisang basurahan.

③ May mga taong nagtatapon ng basura sa maling araw ng koleksyon, lalo na sa gabi upang maiwasang may makakita.

Kung hindi mo susundin ang mga patakaran, hindi kokolektahin ang iyong basura, kaya't nagiging sanhi ito ng dumi at istorbo sa maraming residente. Tiyakin ang paglalagay ng nakatakdang basura sa nakatakdang araw at oras, at nakatakdang lugar.

Kung hindi mo alam kung paano magtapon ng basura, alamin sa iyong *daily life advisor* o *support manager* upang matiyak mong hindi ka magkakamali.

Mangyaring sumangguni sa mga sumusunod na patakaran sa pagtatapon ng basura.

ⅰ　ゴミ出しの時間

　一般的に、ゴミは、決められた収集日の早朝に、それぞれ決められた場所に出します。

ⅱ　ゴミを出すときの方法

　細かいゴミ類は、基本的に市販されているポリ袋またはビニール袋（袋指定の自治体もあります）に入れ、口の部分を縛って出します。また枝などの長いものや布地、ダンボールなどは大きさを整え紐で縛ってまとめて出します。

　なお、ビンや缶などの資源ゴミや有害ゴミなどは、指定場所にある回収箱やケースに現物を入れるところもあります。自治体ごとに扱いが異なりますので、確認するようにしてください。

ⅲ　分別の種類

　ゴミはそれぞれの家庭で、基本的には次の7種類に分類します。

　なお、市区町村によってはプラスチック製品の一部を燃やせるゴミに分別するなど、市区町村ごとに「燃やせるゴミ」「燃やせないゴミ」「資源ゴミ」となる対象ゴミの種類が若干異なります。あくまで住んでいる市区町村の分類を確認し、それに従って分別します。

①　燃やせるゴミ

　　台所の生ゴミ（料理クズ、残飯、果物の皮、お茶ガラ、卵のカラ、野菜クズ等）、タバコの吸殻、紙くず、割りバシ、竹串、紙パック、草木、落ち葉、掃除機のチリ、本革製品、日曜大工で出た木片、生理用品、紙おむつ等

〔出すときの注意〕

　ａ．台所のゴミは、水分をよく切って新聞紙などに包んでから袋にいれます。

　ｂ．木片や植木の枝などは、50cm位に切って、紐で束ねてから出します。

i Oras ng koleksyon ng basura

Kadalasan, ang basura ay dapat ilagay sa nakatakdang lugar sa umagang umaga sa nakatakdang araw ng koleksyon.

ii Paano ilabas ang basura sa araw ng koleksyon

Ang maliliit na piraso ng basura ay kadalasang inilalagay sa plastik na supot pang-basura (may mga lokal na pamahalaan ang nag-aatas sa mga residente na gumamit ng nakatakdang supot) na dapat ay nakatali. Ang mahahabang bagay tulad ng mga sanga o malalapad na bagay tulad ng tela o karton ay dapat itali ng lubid.

Ang mga bagay na maaring gamiting muli gaya ng mga lata at mga bote, o mapanganib na basura ay dapat ilagay sa kahon o kaha ng koleksyon at sa nakatakdang lugar. Ang pagtatapon ng basura ay maaaring magkaiba depende sa lokal na pamahalaan, kaya't mangyaring alamin ito sa kanila.

iii Paghihiwa-hiwalay ng basura

Ang mga basura ay natatangi sa bawat bahay at pinaghihiwa-hiwalay sa pitong uri gaya ng mga sumusunod.

Gayundin, ang uri ng basura ay maaring bahagyang kakaiba depende sa lokal na pamahalaan, gaya ng basurang nasusunog, basurang hindi nasusunog, at mga maaring gamiting muli, at ilang plastik na maaring sunugin.

① **Basurang nasusunog**

Ang mga basura sa kusina (pinaglutuan, tirang pagkain, balat ng prutas, ginamit na dahoon ng tsa, balat ng itlog, balat ng gulay, atbp.), upos ng sigarilyo, pambalot, natatapong chopsticks, pantuhog, karton, halaman, tuyong dahon, alikabok sa vacuum cleaner, mga produktong katad o balat, mga tapyas ng kahoy mula sa pansariling pagkakarpentero, pasador, papel na lampin, atbp.

[Mga bagay na kailangang bigyang-pansin]

a. Ang mga basura sa kusina ay dapat salain at balutin ng papel bago ito ilagay sa mga bag na plastik.

b. Ang mga tapyas ng kahoy, sanga, atbp. ay dapat na putul-putulin na mga 50-cm ang haba at pagtali-taliin ng lubid bago ilagay sa basurang pang-koleskyon.

② 燃やせないゴミ

　プラスチック製品（シャンプーや洗剤の容器、食品用パック、玩具等）、ポリ製品、ビニール製品、ナイロン製品、発泡スチロール、ゴム類（運動ぐつ、長ぐつ、サンダル等）、合成皮革製品、陶磁器類、金物類（ナベ、カマ、ヤカン）、カミソリの刃、電球、鏡、化粧ビン、割れたガラス、傘、座椅子、ポット等小物家電、スプレー缶、塗料缶等

〔出すときの注意〕

a．袋に入らないような大きな物は、紐で縛るなど散乱しないようにして出します。

b．スプレー缶は、爆発する危険があるので、内部のガスを完全に抜いてから出します。

c．割れたガラスやカミソリの刃、電球などの危険物を出す場合は、新聞紙等に包んで"○○（捨てる物の名前）キケン（危険）"等と表示し、ビニール袋に入れて出します。

③ 資源ゴミ

　紙類（新聞紙、チラシ、包装紙、洋服箱、靴箱、空箱、ダンボール等）、衣類（衣類、ボロ布）、ペットボトル、空き缶（ビール、酒、清涼飲料水、缶詰）、牛乳ビン等のビン、鉄クズ、スチール家具（小さいもの、分解できるもの）等

〔出すときの注意〕

a．紙類や衣類は、種類別に十文字に縛り、雨に濡れないように工夫して出します。

b．ビン、缶、ペットボトルは一度水洗いしてから出します。

② Basurang hindi nasusunog

Ang mga produktong plastik (bote ng shampoo, lagayan ng sabong panlaba, pambalot ng pagkain, laruan, atbp.), produktong poliyester, produktong binil, produktong Styrofoam, produktong goma (sapatos na panglaro, bota, sandalyas, atbp.), artipisyal na produktong balat o katad, mga keramika, mga produktong metal (mga kaldero at kawali, tsarera), blade na pang-ahit, mga bumbilya, mga salamin, mga botelya ng kosmetiko, kristal na baso, mga payong, walang paang silya, maliliit na dekuryenteng kagamitan gaya ng dekuryenteng takure, lata ng isprey, at lata ng pintura, atbp.

[Mga bagay na kailangang bigyang-pansin]

a. Ang malalaking basura na hindi kasya sa supot na pambasura ay dapat itali ng lubid upang hindi kumalat.

b. Ang mga lata ng isprey ay maaaring pumutok. Dapat na lubusan itong maubos muna bago ilagay sa basurahan.

c. Kapag naglalagay ng mapanganib na bagay gaya ng basag na baso, pang-ahit, o bumbilya, ibalot ang mga ito sa dyaryo at sulatan ng "XX" (pangalan ng bagay na itatapon) "キケン" (delikado) sa isang papel, at idikit ito sa supot ng pang-basura bago ilagay sa nakatakdang basurahan.

③ Mga basurang maaari pang gamitin muli

Mga papel (dyaryo, pulyeto, pambalot ng regalo, sisidlan ng damit, sisidlan ng sapatos, basyong kahon, karton, atbp.), mga damit (kasuotan, basahan, atbp.), boteng plastik, basyong lata (beer, inuming nakakalasing, sopdrink, pagkaing delata, atbp.), bote ng gatas, mga lumang piraso ng bakal, kagamitang bakal (maliliit na bagay, mga bagay na maaaring pagtanggal-tanggalin), atbp.

[Mga bagay na kailangang bigyang-pansin]

a. Pagtali-taliin ang magkakauring basura, tulad ng papel o damit, nang magka-krus ang tali, at tiyaking hindi ito mabasa ng ulan.

b. Banlawan ng tubig ang mga bote, lata, at plastik na bote bago ito ilagay sa basurahan.

④ 有害ゴミ

　乾電池、蛍光灯、体温計等

〔出すときの注意〕

a．袋に入れて出す場合は「有害ゴミ」と明記して出します。

b．電池は有機水銀など有害物質が含まれていますので、決められた捨て方をしてください。

⑤ 粗大ゴミ

　家具類（木製の机、木製のイス、タンス、鏡台、ベッド、絨毯、カーペット、マットレス等）、建具類（ドア、フスマ等）、自転車、布団、一般的な家電製品（ストーブ、ガスコンロ等）、その他一般の家庭ゴミとして収集できない大きいゴミ（1辺が30cmを超える長さがあるもの）で、⑥⑦のゴミを除いた物

〔出すときの注意〕

a．電話等による申込制です。回収は有料で手数料を支払います。

b．粗大ゴミは玄関先または車（2t車）の入れる場所に出します。

⑥ 家電リサイクル法の指定ゴミ

　エアコン、テレビ、冷蔵庫・冷凍庫、洗濯機・衣類乾燥機

〔出すときの注意〕

a．捨てるときには必ず「リサイクル料」を支払わなくてはなりません。

b．買い換えの場合は、新しい物を買った業者にリサイクル料を支払い捨てる家電を引き取ってもらいます。

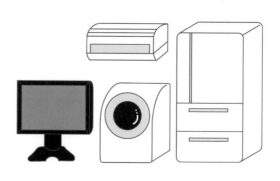

c．買い換えをしないで捨てるだけの場合、当時それを買った小売業者に引き取りを依頼するか市区町村指定の引取場所へ持ち込みます。

d．「リサイクル料」は物によって異なりますので、引き取りを依頼する小売業者や市区町村に確認してください。

④ **Mapanganib na basura**

Mga baterya, ilaw na fluorescent, termometro, atbp.

[Mga bagay na kailangang bigyang-pansin]

a. Kapag ilalagay ito sa supot ng basura para sa koleksyon, tiyaking isulat ang "有害ゴミ" (mapanganib na basura) sa labas ng supot.

b. Ang mga baterya ay may mapanganib na materyales tulad ng organic mercury, kaya't tiyaking itapon ang mga ito nang maayos.

⑤ **Malaking basura**

Kasangkapan sa bahay (mga mesang gawa sa kahoy, silyang gawa sa kahoy, aparador, tokador, kama, karpet at iba pang panglatag sa sahig, kutson, atbp.), mga pinto at anumang bahagi ng gusali, bisekleta, futon, pangkalahatang kagamitan sa bahay (heater, kalan, atbp.), iba pang malaking basura na hindi pwedeng makolekta bilang basurang pambahay (mga bagay na may habang higit sa 30 cm sa isang gilid), maliban sa basura sa bilang ⑥ at ⑦.

[Mga bagay na kailangang bigyang-pansin]

a. Kailangang tumawag sa telepono para makolekta ang mga ito. May bayad ang koleksyon.

b. Ang malalaking basura ay dapat ilagay malapit sa labas ng iyong pintuan kung saan ang trak (2-tonelada) ay makakapasok.

⑥ **Mga basurang nasasakop ng batas tungkol sa mga kagamitang pambahay na maaaring gamitin muli**

Mga aircon, telebisyon, refrigerator at freezer, washing machine, at dryer

[Mga bagay na kailangang bigyang-pansin]

a. Kapag nagtatapon ng mga kagamitang ito, dapat kang magbayad ng *recycling fee*.

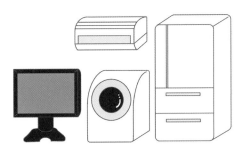

b. Kapag bumibili ng bagong kagamitan, makiusap sa tindero na bayaran nila ang *recycling fee* at kunin ang lumang kagamitan.

c. Kapag nagtatapon ng basura nang hindi bumili ng bago, makiusap sa binilhan na kunin ang luma o dalhin ito sa lugar para dito na itinalaga ng lokal na pamahalaan.

d. Ang *recycling fee* ay naiiba depende sa bagay na itatapon, kaya't alamin sa kung sino man ang kukuha nito o sa iyong lokal na pamahalaan.

⑦　その他の自治体で収集できないゴミ（産業廃棄物）

　　バイク、畳、タイヤ、廃油等

〔出すときの注意〕

　a．産業廃棄物処理業者などに有料で引き取って貰います。

　b．市区町村で廃棄の方法や業者の案内等をして貰えますので問合せてください。

① **Mga basurang hindi makokolekta ng lokal na pamahalaan (basurang pang-industriya)**

Motobike, banig na tatami, gulong, langis, atbp.

[Mga bagay na kailangang bigyang-pansin]

a. Magbayad sa kumpanya para sa basurang pang-industriya upang kunin nila ang basura.

b. Makipag-ugnayan sa lokal na pamahalaan upang alamin kung paano itapon ang basura at kung anong kumpanya ang maaring gamitin.

9. 電話と通信

　技能実習生や特定技能外国人の皆さんは、家族に会うために帰国するといっても容易でないことがあります。そのため、日本滞在中は電話や通信環境を使いながら母国の家族や友人と連絡を取り合うことも多く発生すると思います。

　日本では、住宅等に備え付ける固定電話や街中などに設置される公衆電話、個人で契約する携帯電話やスマートフォンが普及しています。また近年はパソコンやスマートフォン、タブレットを利用したインターネット電話を活用する人も多く見られます。

（1）携帯電話とスマートフォン

　携帯電話は無線方式の通信を用いることで屋外に持ち歩けるようにした「電話機」です。基本的には通話とメールの機能があります。その他の機能としてカメラなどを内蔵しているものがあります。国際電話に対応できない機種もありますので、検討する際には留意してください。

　スマートフォンは、タッチパッドで操作するパソコンに近い作りの携帯電話のことです。特にインターネットが使いやすいという特徴があります。一般的には省略して「スマホ」と呼ばれています。様々なアプリケーションソフトウェア（通称「アプリ」）が提供されていて、インストールすることで機能を拡張できます。

　携帯電話やスマートフォンの契約は、携帯電話会社の専売店や家電量販店などでできます。通信用のSIMカードと機種本体を別で手配する契約・利用方法もありますが、多くは機種と通信の契約が一体となっています。契約時には在留カードをはじめとした身分証明書の提示と指定の申込書が必要です。また、毎月の通信料金等の支払いに日本国内の銀行口座またはクレジットカードが必要になります。その他の手続きについては各通信会社により異なりますので、契約したい通信会社のホームページやパンフレット、店員から案内をもらうようにしてください。その際、外国語で対応できない店も多いので、生活指導員や支援担当者にサポートをお願いしてください。

　携帯電話やスマートフォンを紛失したり盗難にあったりした場合は、生活指導員や支援担当者に相談し、サポートをしてもらいながら警察に届出を行ってください。

9. Telepono at Telekomunikasyon

Hindi madali para sa *technical intern trainees* at *specified skilled workers* ang bumalik sa kanilang bansa upang makita ang kanilang pamilya. Sa dahilang ito, malamang na gagamit ka ng telepono o iba pang paraan para makipag-usap sa iyong mga kapamilya at kaibigan sa iyong bansa habang nakatira sa Japan.

May mga landline na nakakabit sa mga pabahay, teleponong pampubliko saan man sa barangay, at mobile o smart na telepono na pwedeng pirmahan ng kontrata. Nitong mga nakaraang taon, ang mga kompyuter, smartphone, at tablet na computer ay madalas na pwedeng gamitin sa pamamagitan ng internet.

(1) Mga mobile at smart na telepono

Ang mga mobile na telepono ay maliliit at walang kableng telepono na maaring gamiting pangtawag kahit nasa labas ng bahay. Karamihan sa mga ito ay pwedeng pantawag o pang-text. Ang iba ay may iba pang pwedeng gamit gaya ng kamera. Ang iba ay hindi pwedeng gamiting pangtawag sa labas ng Japan, kaya't tiyakin ang mga ito kapag bibili ka ng mobile na telepono.

Ang smart na telepono ay mobile na telepono na tila kompyuter at ang pindutan ay ang screen. Mas madaling gamitin ang internet sa smart na telepono. Sa Japan, ang tawag sa mga ito ay *sumaho*. Maraming application software (*apuri* o apps) ang pwedeng gamitin na ma-iinstall upang mapadami ang maaaring gawin ng iyong smart na telepono.

Ang kontrata para sa mobile at smart na telepono ay pwedeng pirmahan sa mga tindahan nito. Kahit na ang telepono, sim card, at kontrata ay pwedeng bilhin nang hiwalay, maraming tao ang pumipili na sa isang lugar na lamang ito gawin. Kapag pipirma ng kontrata, kailangan mong magpakita ng ID gaya ng iyong *Residence Card* at itinalagang aplikasyon. Gayundin naman, kakailanganin mo ang detalye ng bank akawnt o *credit card* sa Japan upang pambayad ng buwanang bayarin. Ang ilang pamamaraan ay maaring magkaiba depende sa kumpanya ng telepono, kaya't tiyakin sa website, sa pulyeto, o sa tindero. Tandaang maraming tindahan ang hindi nakikipag-ugnayan gamit ang wikang banyaga, kaya't maari kang humingi ng tulong sa iyong *daily life advisor* o *support manager*.

Kung ang iyong mobile o smart na telepono ay mawala o manakaw, makipag-usap sa iyong *daily life advisor* o *support manager* upang matulungan kang magsumbong sa pulis.

また契約した携帯電話会社にその旨連絡を入れ、利用を一時停止する手続きをしてください。会社によっては位置確認サービスなど電話の所在の確認ができるものがありますので、連絡を入れた際に契約会社から詳しい案内をもらってください。

　なお、日本では、公共の場での携帯電話やスマートフォンの使用については一定のマナーが求められます。特に駅のホームでの歩きながらの操作や自転車に乗りながらの使用は他の通行人にぶつかるなどの事故に繋がります。このようないわゆる「ながらスマホ」は危険ですのでしないようにしてください。

　電車やバスの中では電源を切るか、マナーモードに切り替えます。通話は騒音となり他の人の迷惑になりますので極力しないようにしてください。病院では、携帯電話等の電波が心臓のペースメーカーや機器類に影響を及ぼすことがありますので、電源を切ります。

　喫茶店などでも携帯電話等での通話を禁止しているところがあります。使用しても良いところでも、あまり大きな声でしゃべったり笑ったりしていると、周囲の人はその声の大きさを不快に感じます。外で通話するときは声の大きさに留意してください。

（2）インターネット電話

　インターネット回線を使った電話サービスのことで、相手先との距離に関係なく無料または格安で通話ができます。ただしインターネット回線を利用しますので、通信に負荷がかかると音質の劣化や通話の切断が起こることがあります。利用するには、発信者と受信者の双方にパソコンやタブレット・スマートフォンなどの本体機器とマイク等の周辺機器およびインターネットの通信環境を整える必要があります。インターネット回線を利用するためには、プロバイダー契約が必要になります。

　なお、インターネットを使ったサービスとしては、Skypeなどの通話サービスの他に、LINEなどチャットメールのような機能を持つソーシャルネットワーキングサービス（SNS）が提供されています。

（3）国際電話のかけ方

　国際電話は固定電話や国際電話に対応する携帯電話等、また「国際通話兼用カード公衆電話」という表示のある公衆電話からかけることができます。

　国際電話は利用料金が高額となります。通話料金が確認できるのでテレフォンカード（公衆電話専用のプリペイドカード）を利用した公衆電話からの利用をお勧

Gayundin naman, ipagbigay-alam ito sa kumpanya ng telepono upang pansamantala nilang maihinto ang serbisyo. May mga kumpanya ng telepono na may kakayahang hanapin ang lokasyon ng iyong telepono, kaya't tiyakin ito kapag nakipag-usap sa kanila.

May mga tamang kaugalian ang dapat gawin habang gumagamit ng mobile o smart na telepono sa mga pampublikong lugar sa Japan. Partikular ay ang paggamit ng mga ito habang naglalakad sa platporm ng tren o nagbibisekleta dahil maari itong maging sanhi ng aksidente sa iba pang nasa daan. Ang tawag dito ay *nagara sumaho* (smartphone zombie) sa wikang Hapon, at ito ay mapanganib kaya't dapat iwasan.

Sa tren o bus, patayin o ilagay sa silent mode ang iyong telepono. Ang pakikipag-usap sa telepono ay malakas at nakakagambala sa ibang tao sa paligid, kaya't iwasan ito hangga't maaari. Kapag nasa ospital, dapat mong patayin ang iyong telepono dahil ito ay nakakagambala sa signal ng mga gamit na pangmedikal gaya ng mga pacemaker.

May mga kapihan, atbp. na nagbabawal sa pakikipag-usap sa telepono. Maging sa mga lugar na hindi ito pinagbabawal, ang pakikipag-usap at pagtawa nang malakas ay nakakainis para sa ibang tao at lugar. Kung kailangang makipag-usap sa telepono sa pampublikong lugar, tandaang dapat mong hinaan ang iyong boses.

(2) Mga tawag sa internet

Ito ang paraan upang makatawag gamit ang telepono at kadalasang libre o mura lamang kahit gaano kalayo ang iyong tatawagan. Subalit, ang anumang trapik sa koneksyon ay maaring maingay o makaputol ng iyong tawag. Sa paggamit ng internet bilang pangtawag, ikaw at ang iyong kausap ay parehong nangangailangan ng tablet, smart na telepono, o kompyuter na may mikropono at iba pang peripheral, at koneksyon sa internet. Upang makonekta sa internet, kailangan mo munang pumirma ng kontrata sa probayder.

Bukod sa mga serbisyo tulad ng Skype, marami pang plataporma ang maari mong gamitin tulad ng LINE na pwedeng makatawag gamit ang internet.

(3) Paano tumawag sa ibang bansa

Ang mga tawag na internasyonal ay maaring gawin sa landline, mobile na telepono na pwedeng pangtawag sa ibang bansa, o teleponong pampubliko na may International & Domestic na karatula.

Ang pagtawag sa ibang bansa ay mataas ang presyo. Suriin ang presyo kung gagamit ng kard na pang telepono (prepaid card para sa pampublikong telepono), at alamin kung mabuti itong pangtawag sa ibang bansa. Tandaang maaaring may

めします。日本と母国の時差に留意して利用してください。

　日本には複数の電話会社があり、国際電話に関して様々なサービスを行っています。通話料金や割引料金、割引対象時間帯などは、利用する国際電話会社によって異なります。

　電話番号は、次の順序でかけると世界中どこにでも直接つながります。

国際電話のかけ方

例：KDDI の国際電話で中国の 0123−4567 番にかけるときは、次のようになります。

| 001 | ➡ | 010 | ➡ | 86 | ➡ | 123 | ➡ | 4567 |

＊携帯電話等でかける際は 010（または、それに代えて " ＋ " を入力）以降の番号を入力します。

※　国際電話申込番号の例（固定電話から）

KDDI 株式会社	001
ソフトバンクテレコム株式会社	0061
NTT コミュニケーションズ株式会社	0033

※　国番号の例（国番号については、上記国際電話会社のホームページなどに案内があります）

国名	国番号	国名	国番号
日本	81	スリランカ	94
中国	86	ミャンマー	95
ベトナム	84	カンボジア	855
インドネシア	62	ラオス	856
フィリピン	63	モンゴル	976
タイ	66	ネパール	977

pagkakaiba sa oras sa Japan at sa iyong bansa.

Maraming kumpanya ng telepono sa Japan, at iba't ibang serbisyo din ang maaring gamitin. Ang bayad, tawad, at oras na may tawad ay depende sa kumpanya.

Maari kang tumawag saan man sa mundo sa pamamagitan ng pagpindot ng numero sa ganitong pagkakasunod-sunod.

Paano tumawag sa ibang bansa

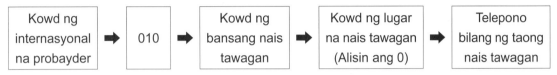

Halimbawa: Kung tatawag sa "0123-4567" sa Tsina gamit ang serbisyong internasyunal ng KDDI, pindutin ang mga sumusunod:

∗ Tandaan: Kung tatawag gamit ang mobile na telepono, pindutin ang numero matapos ang 010 (o idagdag ito matapos ang "+").

※ Halimbawa ng kowd probayder ng internasyonal na tawag (gamit ang landline)

KDDI Corporation	001
SoftBank Telecom Corporation	0061
NTT Communications	0033

※ Halimbawa ng kowd ng bansa (Alamin sa website ng kumpanya ng internasyonal na telepono ang mga detalye tungkol sa kowd ng mga bansa)

Pangalan ng bansa	Kowd ng bansa	Pangalan ng bansa	Kowd ng bansa
Japan	81	Sri Lanka	94
Tsina	86	Myanmar	95
Biyetnam	84	Kambodia	855
Indonesya	62	Laos	856
Pilipinas	63	Mongolia	976
Thailand	66	Nepal	977

通話料の割引料金の例

	0時	8時	19時	23時
平日（月～金）	C	A	B	C
土・日・祝日	C	B		C

A：昼間料金

B：夜間、休日割引料金（通常料金の約20%引き）

C：深夜割引料金（通常料金の約23%～39%の割引）

隣国との時差の例

日本が12：00（正午）のときの諸外国の時間は以下のとおりです。

日本、韓国、インドネシア（西イリアン）	12：00（正午）
中国、モンゴル、フィリピン、マレーシア、シンガポール、インドネシア（バリ島）	午前11：00
ベトナム、タイ、ラオス、カンボジア、インドネシア（ジャカルタ）	午前10：00
バングラデシュ、ブータン、ミャンマー（＋30分）	午前 9：00
パキスタン、インド（＋30分）、スリランカ（＋30分）、ネパール（＋45分）	午前 8：00

Halimbawa ng sistema para sa presyo ng telepono

	0:00 (12 a.m.)	8:00 (8 a.m.)	19:00 (7 p.m.)	23:00 (11 p.m.)
Lunes – Biyernes	C	A	B	C
Sabado, Linggo, at mga araw ng pahinga	C	B		C

A: Singil sa pangkaraniwang araw

B: Singil sa off-peak (20% na bawas sa pangkaraniwang singil)

C: Singil sa gitna ng gabi (23-39% na bawas sa pangkaraniwang singil)

Mga halimbawa ng pagkakaiba ng oras sa mga magkakakapit-bansa

Ang oras sa ibang bansa ay ang mga sumusunod kapag 12:00 (tanghali) sa Japan.

Japan, Korea, Indonesia (Kanlurang Irian)	12:00 p.m. (tanghali)
Tsina, Mongolia, Pilipinas, Malaysia, Singapore, Indonesya (Bali)	11:00 a.m.
Biyetnam, Thailand, Laos. Kambodia, Indonesya (Jakarta)	10:00 a.m.
Bangladesh, Bhutan, Myanmar (+30 minuto)	9:00 a.m.
Pakistan. India (+30 minuto), Sri Lanka, Nepal (+45 minuto)	8:00 a.m.

10. 日本の通貨

（1）日本の通貨単位

日本の通貨単位は「円」（日本円）です。通貨記号は¥となります。

賃金や講習手当は基本的に日本円で支払われます。

流通通貨には硬貨と紙幣があります。一般的に使用されている額面の種類は次のとおりです。

硬貨（6種類・表裏）

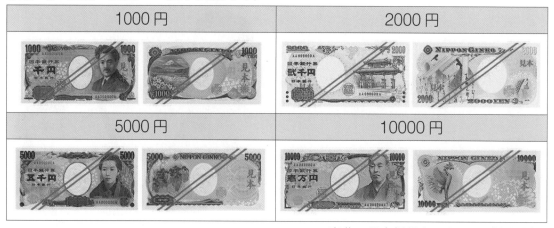

1円	5円	10円	50円	100円	500円

出典：日本銀行ホームページより引用

紙幣（4種類・表裏　※見本画像です）

1000円	2000円
5000円	10000円

出典：日本銀行ホームページより引用

（2）為替レート

ある国の通貨を別の国の通貨に変える場合は、為替レートに注意しなければなりません。為替レートとは、外国通貨との換金比率のことです。

為替相場は毎日変動します。外国に送金するときには、為替レートの確認は非常に重要です。送金額が目減りしないよう、送金時に銀行窓口や日本の新聞、ニュースなどでレートの確認をしてください。

10. Perang Hapon

(1) Yunit ng Perang Hapon

Ang yunit ng Perang Hapon ay ang *en* (Japanese yen). Ito ay may simbulong " ¥ ."

Ang iyong suweldo at mga alawans ay kadalasang ibinibigay sa Japanese yen.

Ang mga barya at perang papel ay parehong ginagamit na pambayad. Ang pinakapangkaraniwang ginagamit na denominasyon ay ang mga sumusunod.

Mga Barya (6 na uri, harap at likod)

1 yen	5 yen	10 yen	50 yen	100 yen	500 yen

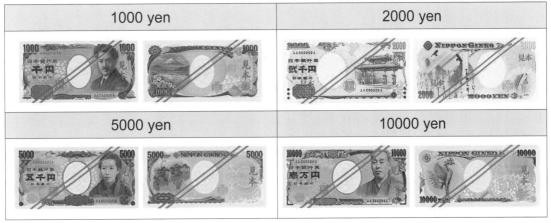

Pinagkunan: website ng Bank of Japan

Perang papel (4 na uri, harap at likod – mga halimbawang imahe)

1000 yen	2000 yen
5000 yen	10000 yen

Pinagkunan: website ng Bank of Japan

(2) Halaga ng palitan

Isang bagay na dapat mong isaalang-alang kapag nagpapalit ng pera ay ang halaga ng palitan. Ang halaga ng palitan ay tumutukoy sa halaga kapag pinapalitan ito ng pera sa ibang bansa.

Ang halaga ng palitan ay nagbabago araw-araw. Mahalagang alamin muna ang halaga ng palitan bago magpadala ng pera sa ibang bansa. Tiyakin ang palaging pag-aalam nito sa iyong lokal na bangko, sa mga dyaryong Hapon, o sa balita, dahil kung hindi, baka malugi ka.

〔円と外国通貨との関係〕(2021 年 1 月 15 日時点)

相手国	相手国通貨	円の換金額目安	適用レート
米国	1 ドル	103.67 円	TTS(送金)ベース*
中国	1 元	16.03 円	TTS(送金)ベース*
インドネシア	100 ルピア	0.74 円	TTS(送金)ベース*
フィリピン	1 ペソ	2.16 円	TTS(送金)ベース*
タイ	1 バーツ	3.46 円	TTS(送金)ベース*
ベトナム	1,000 ドン	4.50 円	マーケット平均レート
ミャンマー	100 チャット	7.78 円	マーケット平均レート
カンボジア	100 リエル	2.55 円	マーケット平均レート
モンゴル	100 トグログ	3.63 円	マーケット平均レート
ラオス	1,000 キップ	11.10 円	マーケット平均レート
ネパール	1 ルピー	0.88 円	マーケット平均レート
スリランカ	100 ルピー	53.85 円	マーケット平均レート

＊実際の取引に関しては、銀行窓口への問合せが必要です。

Halaga ng palitan ng yen at pera sa ibang bansa (noong Enero 15, 2021)

Bansa	Pera	Tantiyang halaga sa yen	Naaangkop na halaga
U.S.	1 U.S. dolyar	103.67 yen	Presyo ng TTS (*telegraphic transfer selling*)*
Tsina	1 RMB	16.03 yen	Presyo ng TTS (*telegraphic transfer selling*)*
Indonesya	100 rupiah	0.74 yen	Presyo ng TTS (*telegraphic transfer selling*)*
Pilipinas	1 piso	2.16 yen	Presyo ng TTS (*telegraphic transfer selling*)*
Thailand	1 baht	3.46 yen	Presyo ng TTS (*telegraphic transfer selling*)*
Biyetnam	1,000 dong	4.50 yen	Karaniwang halaga sa merkado
Myanmar	100 kyat	7.78 yen	Karaniwang halaga sa merkado
Kambodiya	100 riel	2.55 yen	Karaniwang halaga sa merkado
Mongolia	100 Toglog	3.63 yen	Karaniwang halaga sa merkado
Laos	1,000 kip	11.10 yen	Karaniwang halaga sa merkado
Nepal	1 rupee	0.88 yen	Karaniwang halaga sa merkado
Sri Lanka	100 rupees	53.85 yen	Karaniwang halaga sa merkado

* Para sa kaalaman tungkol sa aktuwal na halaga ng palitan, mangyaring makipag-ugnayan sa iyong bangko.

11. 銀行と郵便局（ゆうちょ銀行）

　自宅にたくさんのお金を置いておく、大金を常に持ち歩くということを日本人はあまりしません。多くの日本人は、今使わないお金を常に銀行や郵便局（ゆうちょ銀行）に預け、必要なときに、必要な金額を払い戻して使います。預け入れをすることで安全にお金を管理できます。

　また、日本では、勤務先からの賃金の受け取りや家賃の支払いなどに、銀行や郵便局の口座が必要となることが多くありますので、ここで利用方法などを確認してください。

（1）口座の開設と預金の預け入れ・払い戻し

　銀行や郵便局にお金を預けたり、賃金を銀行振込で受け取るときは、銀行や郵便局（ゆうちょ銀行）に自分の預金口座を開設します。

　口座を開設するときは、開設しようとする銀行または郵便局で必要な書類を確認した上で、書類と預ける現金と在留カード、払い戻し時等に利用する印鑑を用意します（サインでよいというところもあります）。

　備え付けの用紙に本人の住所、氏名、登録印鑑（またはサイン）を記入・押印し、必要書類および預け入れ用の現金とあわせて窓口に出します。

　口座を開設すると預金通帳が交付されます。この通帳は、口座からのお金の出し入れを記録するものです。また、このときにあわせてキャッシュカード（（2）参照）を作っておくと便利です。

　払い戻しの場合、銀行の窓口にある用紙に預金口座番号、必要な金額、氏名、サインをして（または開設時に登録した印鑑を押して）通帳と一緒に窓口に出すと、すぐに現金を渡してくれます。窓口で預金の払い戻しが可能なのは、月～金曜日の午前9時から午後3時まで（郵便局は午後4時まで）です。キャッシュカードを使用すれば窓口が開いていない時でもATM（（2）参照）でお金を引き出すことができます。

　現金の預け入れは通帳で行う事ができます。窓口であれば払い戻しと同じ時間帯に、窓口の用紙に口座番号、預け入れの金額、氏名を記入して入金し、通帳へ記帳してもらいます。

11. Mga Bangko at Kawanihan ng Koreo

Hindi pangkaraniwan sa mga Hapones ang mag-iwan ng maraming pera sa loob ng bahay o saan man sila magpunta. Marami sa mga tao ang nagdedeposito agad ng pera nila sa bangko o kawanihan ng koreo (Japan Post Bank), at kunin lamang ang halagang kailangan nila. Ang pagtatago ng pera sa bangko ay ligtas na paraan ng pamamahala ng iyong pera.

Pangkaraniwan sa Japan ang mangailangan ng akawnt sa bangko, at maaring kasama nito ang akawnt sa Japan Post Bank, upang matanggap mo ang iyong suweldo at makapagbayad ka ng mga bayarin tulad ng upa sa bahay. Suriin ang mga impormasyong dito tungkol sa kung paano gamitin ang mga serbisyong ito.

(1) Pagbubukas ng akawnt, pagdedeposito at pagkuha ng pera

Upang makapagdeposito ng pera sa bangko at koreo (Japan Post Bank), o makatanggap ng suweldo sa pamamagitan ng *bank transfer*, dapat kang magbukas ng sarili mong akawnt.

Upang makapagbukas ng akawnt, suriin ang mga dokumentong kailangan ng bangko at koreo, at dalhin ito kasama ang perang nais mong ideposito, ang iyong *Residence Card*, at personal na selyo para makapag-widro (ang ilan sa mga lugar ay tumatanggap ng pirma).

Isulat ang iyong pangalan, tirahan, at rehistradong selyo (o pirma) sa form, at pagkatapos ay dalhin ang mga kailangang dokumento at perang nais mong ideposito sa *teller window*.

Makakatanggap ka ng pasbuk kapag nagbukas ka ng akawnt. Ang pasbuk ay talaan ng lahat ng iyong transaksiyon. Mabuting ideya din ang mag-aplay ng cash card (tingnan ang aytem 2) kapag nagbukas ng akawnt.

Upang makapag-widro ng pera, ipasok ang numero ng akawnt, halaga, pangalan, at pirma (o rehistradong selyong ginamit sa pagbubukas ng akawnt) sa form na nasa *teller window*, at pagkatapos ay ibigay ito sa *teller* kasama ng iyong pasbuk upang matanggap mo agad ang iyong pera. Maaari ding mag-widro ng pera sa *teller window* mula 9:00 am hanggang 3:00 pm, Lunes hanggang Biyernes (hanggang 4:00 pm sa koreo). Gamit ang iyong cash card, maaari kang mag-widro ng pera sa ATM (tingnan ang aytem 2)) kahit na sarado ang bangko.

Maaari mong gamitin ang iyong pasbuk sa pagdedeposito ng pera. Maaari mo din itong gamitin sa pagdedeposito sa mga oras na pwedeng mag-widro, kaya't isulat lamang ang numero ng akawnt, halaga ng idedeposito, at ang iyong pangalan at ipa-update sa teller ang iyong pasbuk.

毎月の給与は預金口座への振込みで支払う企業が多くあります。口座開設はスマートフォンやパソコンを使って行える場合もありますが、できれば生活指導員や支援担当者に一緒に窓口に行ってもらい手続きをするようにしてください。

　なお、銀行口座（通帳やキャッシュカード）の売買や譲渡は日本では犯罪となり、1年以下の懲役または100万円以下の罰金が科されます。帰国などで銀行口座を利用しなくなるときは、事前に口座解約の手続きを行うようにしてください。

（2）キャッシュカードとATM

　預金口座を開設するときに、同時にキャッシュカードの作成を依頼すると便利です。作る際には署名・印鑑の代わりとなる任意の4桁の暗証番号を設定します。

　このカードがあると、口座を開設した銀行や郵便局のATM（現金自動預け入れ払い機）で預金の払い戻しや預け入れができます。また、払い戻しは、提携関係にある銀行・郵便局であれば、いずれのATMでも引き出すことができます。銀行や郵便局の本支店の他、コンビニエンスストアや駅の構内に設置されているATMもあります。なお、時間外や提携銀行等のATMの利用には利用手数料が発生しますので留意してください。

　いろいろな場所で即座にお金を引き出せるので、キャッシュカードは大変便利ですが、カードと暗証番号の管理をきちんとしないと他人に預金を盗まれてしまう可能生があります。カードを紛失した場合には、速やかに口座を開設した銀行等に連絡してください。

Maraming kumpanya ang nagbabayad sa mga empleyado ng kanilang sweldo sa pamamagitan ng pagdedeposito ng pera diretso sa kanilang akawnt. Kahit ang akawnt ay maaaring buksan gamit ang smart na telepono o kompyuter, kailangan mo pa ring magpunta sa bangko kasama ang iyong *daily life advisor* o *support manager* upang makumpleto ang proseso.

Tandaang ang pagbebenta o paglilipat ng pag-mamay-ari ng iyong akawnt sa bangko (pasbuk o *cash card*) ay isang krimen sa Japan, at maaaring maparusahan ng isang taong pagkakakulong o multang isang milyong yen. Kung hindi mo na kailangan ang iyon akawnt kapag bumalik ka sa iyong bansa, tiyaking isarado ito bago umalis.

(2) Mga *cash card* at ATM

Kapag nagbubukas ng akawnt, mabuting ideya na humingi ng *cash card*. Upang makakuha nito, kakailanganin mo ang numerong may 4 na digit, na siyang gagamitin sa halip na pirma o selyo.

Gamit ang card na ito, maaari kang mag-widro o magdeposito ng pera sa iyong akawnt sa bangko o koreo gamit ang *automated teller machine* (ATM). Pwede ka ring mag-widro ng pera sa alinmang ATM na kaakibat ng iyong bangko o koreo. Bukod sa lugar ng branch ng iyong bangko at koreo, makakakita ka rin ng mga ATM sa mga convenience store at istasyon ng tren. Tandaang ang paggamit ng ATM nang labas sa nakatakdang oras o ATM na hindi kaakibat ng iyong bangko ay maaaring may bayad.

Bagama't maginhawang gamitin ang *cash card* dahil maaari kang mag-widro ng pera halos kahit saan, dapat mong pakaingatan ang *cash card* at ang PIN kowd upang maiwasan na manakawan ng pera ang iyong akawnt. Kung mawala mo ang iyong card, agad na ipagbigay-alam ito sa iyong bangko.

〔ATMの手数料〕

①月〜金の営業時間内（8：45〜18：00）

銀行により対応が異なりますが、郵便局を含め大半は無料です。

②営業時間外および土日祝日

110〜220円程度の手数料がかかります。利用の時間帯や利用するサービスにより手数料の額が変わります。ATM機の案内を確認してください。

③キャッシュカードを作成した銀行以外の提携金融機関

営業時間を問わず手数料が別途発生します。利用の時間帯や利用するサービスにより手数料の額が変わります。ATM機の案内を確認してください。

（3）海外送金

日本から外国にいる家族等にお金を送る場合、一般的には銀行や郵便局から送金します。ただし、海外送金ができる銀行や郵便局の店舗は限られています。

銀行の場合、海外送金ができる店舗には「外国為替公認銀行」と表示したコーナーがあります。

窓口に用意された「外国送金依頼書」という用紙に必要事項を記入し、振込金、手数料、依頼書を差し出すと、銀行が母国の受取人の近くの銀行まで送ってくれます。受取人の氏名と住所、支払銀行支店名等は必ずアルファベットで書きます。

送金方法は、電信送金、普通送金、送金小切手の3種類です。母国の銀行が受取人に対し支払う方法は通知払、請求払の2通りとなります。一般的には電信送信と通知払を選びます。

送金依頼書を書く際には次の点に留意します。

①受取人が銀行口座を持っているとき

口座番号を記入しますと、その人の預金口座にお金は入金されます。

②口座がない、または口座番号が分からない場合

受取人に最も近い銀行名を記入すれば、お金は書かれた銀行に送られます。

いずれの場合でも、指定した銀行から受取人に対しお金が届いた旨の「通知」が来ます。口座番号の記入なしで送金した場合は、受取人がその通知を受取人であることを確認できる書類（例えば身分証明書）と一緒に、届いた銀行に持って行くと現金を受け取ることができます。

[Mga bayad sa ATM]

① Lunes hanggang Biyernes habang oras ng bangko (8:45-18:00)

Bagama't may pagkakaiba ang bayad depende sa bangko, karaniwang ito ay libre, ganundin sa koreo.

② Wala sa oras ng bangko, Sabado't Linggo, at mga holiday

May bayad na mula 100 yen hanggang 220 yen. Ang singil ay depende sa oras at sa serbisyo. Tingnan ang impormasyon sa ATM para sa iba pang detalye.

③ Mga hindi bangkong kaakibat ng bangkong nagbigay sa iyo ng *cash card*

May karagdagang bayad ang sisingilin sa iyo nang walang pakundangan sa oras ng bangko. Ang halaga ay bahagyang magkakaiba depende sa oras at serbisyo. Tingnan ang impormasyon sa ATM para sa iba pang detalye.

(3) Pagpapadala ng pera sa ibang bansa

Bilang pangkalahatan, ang pagpapadala ng pera mula sa bangko o koreo mula Japan sa iyong pamilya sa ibang bansa ay ang pinakapangkaraniwang paraan. Subalit hindi lahat ng bangko at koreo ay mayroong ganitong serbisyo.

Ang mga bangkong may ganitong serbisyo ay may karatulang nagsasabing Authorized Foreign Exchange Bank.

Kailangan mong punan ang form na pang-remittance at ibigay ito sa counter kasama ang iyong pera at bayad. Pagkatapos, ipapadala ng bangko ang pera mo sa akawnt sa bangko ng papadalhan mo sa iyong bansa. Tiyaking ang lahat ng impormasyon gaya ng pangalan, tirahan, pangalan ng sangay ng bangko, atbp. ng tatanggap ng pinapadala mo ay nakasulat sa Ingles.

May tatlong uri ng pagpapadala sa bangko: telegraphic transfer (*denshin*), regular transfer (*futsu*) and bank check (*soukin kogitte*). Ang paraan ng pagbabayad para sa padala ay mayroon ding dalawang uri: ipaalam at bayaran (*tsuchi barai*) and bayaran kapag nag-aplay (*seikyu barai*). Bilang pangkalahatan, dapat mong piliin ang mga paraang telegraphic transfer at ipaalam at bayaran.

Tandaan ang mga sumusunod kapag pinupunan ang form para sa remittance.

① Kung may akawnt sa bangko ang tatanggap

Punan ang numero ng akawnt na gamit upang maipadala ang pera sa akawnt ng tatanggap.

② Kung ang tatanggap ay walang akawnt o hindi alam ang numero ng akawnt

Punan ang pangalan ng bangkong pinakamalapit sa tatanggap upang mapadala ang pera sa bangkong iyon.

Alinman sa mga paraang ito, ang itinakdang bangko ay magpapadala sa tatanggap ng sulat na nagsasabing mayroong perang padala para sa kanila. Kung ang pera ay maipadala nang walang numero ng akawnt, dapat ipakita ng tatanggap ang sulat mula sa bangko at ilang dokumentong magpapatunay ng pagkakakilanlan niya (halimbawa, ID card) upang ibigay sa kanila ang pera.

次に、郵便局から外国に送金する場合には、銀行と同様に口座や住所で受取人に送金する「国際送金」（国際送金取扱郵便局およびゆうちょ銀行全店）という方法があります。

　よくあるトラブルとして、受取人が日本から送金されることを知らされていなかったために、通知を無視して取りに行かないということがあります。1週間程度の間に受け取りがなかった場合、お金は日本の依頼銀行に戻されてしまいます。送金手数料として数千円かかりますが、このように受け取られずに戻されたときに手数料の返金はなく、再度送るときに再び送金手数料を負担することになりますので、送金の際は確実に受け取ることができるように連絡等を入れておくと安心です。

　また、口座間の国際送金であれば、郵便局や一部の銀行ではパソコンやスマートフォンでのサービスを提供していますので、確認してみてください。

　なお、海外送金のパターンや手数料は各銀行等により設定が異なりますので、詳しくは該当の銀行等のホームページや店舗で確認するようにしてください。

　海外送金については、他に金融庁の登録を受けた資金移動業者も行っていますが、そのほかの業者などが海外送金をすることは違法となります。免許や登録のない業者を利用し、送金することは犯罪に手を貸すことになります。手数料の安さなどで違法な業者などを利用しないよう特に注意してください。

Maaari kang magpadala ng pera mula saan mang sangay ng Japan Post Bank para sa sinuman sa iyong bansa sa paraang katulad ng sa bangko gamit ang iyong akawnt.

Isang pangkaraniwang problema ay kapag hindi nasabihan ang pinadalhan na may perang galing sa Japan sa kanilang bangko, kaya binabale-wala nila ang sulat mula sa bangko kaya't hindi nakukuha ang pera. Kung hindi makuha ang pera sa loob ng isang linggo, ito ay ibinabalik sa bangko sa Japan. May bayad itong ilang libong yen na hindi na pwedeng maibalik sa iyo kung ang pera ay ibinalik dahil hindi ito kinuha. Panibago ang bayad para maipadalang muli ang pera, kaya't tiyaking ipaalam sa pinapadalhan na mayroon kang padala upang makuha nila ito.

Maaari kang magpadala ng pera sa ibang bansa mula sa Japan Post Bank at iba pang bangko gamit ang smart na telepono o kompyuter, kaya't tingnan kung may ganitong serbisyo sa iyong bangko o koreo.

Ang bayad sa pagpapadala ng pera sa ibang bansa ay iba-iba depende sa bangko, kaya't alamin muna sa website o magtanong sa bangko para sa iba pang detalye.

Bukod sa mga bangko, ang mga ahente lamang ng pagpapadala ng pera na nakarehistro sa Financial Services Agency ang maaaring magbigay ng serbisyong ito. Iligal para sa basta sinong ahente ang magpadala ng pera sa ibang bansa. Ang paggamit ng serbisyo ng walang lisensiya at hindi rehistradong ahente ay pagtulong sa krimen. Tiyaking hindi kailanman gamitin ang serbisyo ng mga iligal na ahente kahit na mas mura ang singil nila.

12. 郵便と宅配便

　海外や日本国内に手紙やはがきなどの信書を送るときには、郵便局を利用します。
　また、小荷物を日本国内外に送るには、郵便局の他に民間業者の宅配便を利用することができます。

（1）郵便

　手紙やはがきは、郵便で送ります。また、郵便局では国内外の小荷物の発送も取扱っています。

　国内に送る場合は、はがき（定型）が63円です。封書は大きさと重さで異なりますが、84円（定型・25g）からとなっています（2021年1月現在）。小包なども送ることができます。

　母国の家族や友人に手紙や写真を送るときは、国際郵便となります。航空便の場合は封筒の表に「VIA AIR MAIL」と書きます。送る国名を目立つように書いてください。郵便料金は重さや発送先の地域、発送方法で金額が異なりますので、郵便局の郵便窓口で確認してください。料金の目安は次のとおりです。

外国通常郵便料金表（2021.1月現在）

重量		航空便			船便	
		第一地帯	第二地帯	第三地帯	全世界あて	
		アジア	北・中米 オセアニア・ 欧州・中東	南米・ アフリカ		
定形	～25g	90円	110円	130円	～20g	90円
	～50g	160円	190円	230円		
定形外 （定形の形状 であっても 50gを超え ると定形外）	～50g	220円	260円	300円	～50g	160円
	～100g	330円	400円	480円	～100g	270円
	～250g	510円	670円	860円	～250g	540円
	～500g	780円	1,090円	1,490円	～500g	1,040円
	～1.0kg	1,450円	2,060円	2,850円	～1.0kg	1,800円
	～2.0kg	2,150円	3,410円	4,990円	～2.0kg	2,930円
はがき		70円（均一）			はがき	60円
航空書簡		90円（均一）				

※船便は定形・定形外の扱いなし

12. Koreo at Pribadong Pagpapadala

Sa Japan, ginagamit ang koreo upang magpadala ng mga sulat o poskard sa loob at labas ng bansa.

Gayundin naman, maaari kang magpadala ng mga bagay tulad ng maliliit na pakete sa loob at labas ng Japan.

(1) Koreo

Ang mga liham at poskard ay ipinapadala sa koreo. Maaari ding magpadala ng maliliit na pakete sa loob at labas ng Japan.

Ang halaga ng pagpapadala ng poskard (pangkaraniwang sukat) sa Japan ay 63 yen. Para sa may selyong liham, nag-iiba ang halaga depende sa laki at bigat; subalit, nagmumula sa 84 yen (pangkaraniwang 25g na bigat, noong Enero 2021). Maaari ding magpadala ng maliliit na pakete.

Ang pandaigdigang koreo ay ginagamit sa pagpapadala ng liham o mga larawan sa mga kaibigan at kapamilya sa iyong bansa. Upang magawa ito, isulat ang "VIA AIR MAIL" sa sobre. Tiyaking maisulat din ang pangalan ng bansa sa malalaking letra. Ang halaga ng koreo ay depende sa bigat, destinasyon, at paraan ng pagpapadala, kaya't alamin ito sa kawnter sa opisina. Ang tantyang halaga ng koreo ay ang mga sumusunod.

Regular na halaga ng koreong padala sa ibang bansa (Enero 2021)

Bigat		Air mail			Surface mail	
		Zone 1	Zone 2	Zone 3		
		Asya	Hilagang Amerika, Gitnang Amerika, Osyanya, Europa, Gitnang Silangan	Timog Amerika, Aprika	Pandaigdigan	
Pangkaraniwan	Hanggang 25g	90 yen	110 yen	130 yen	Hanggang 20g	90 yen
	Hanggang 50g	160 yen	190 yen	230 yen		
Hindi pangkaraniwan (Ang padalang may pangkaraniwang hugis ay tinuturing na hindi pangkaraniwan kung ang bigat ay hihigit sa 50g)	Hanggang 50g	220 yen	260 yen	300 yen	Hanggang 50g	160 yen
	Hanggang 100g	330 yen	400 yen	480 yen	Hanggang 100g	270 yen
	Hanggang 250g	510 yen	670 yen	860 yen	Hanggang 250g	540 yen
	Hanggang 500g	780 yen	1,090 yen	1,490 yen	Hanggang 500g	1,040 yen
	Hanggang 1.0kg	1,450 yen	2,060 yen	2,850 yen	Hanggang 1.0kg	1,800 yen
	Hanggang 2.0kg	2,150 yen	3,410 yen	4,990 yen	Hanggang 2.0kg	2,930 yen
Poskard		70 yen (flat rate)			Poskard	60 yen
Aerogram		90 yen (flat rate)				

Tandaan: Ang pangkaraniwan at hindi pangkaraniwang koreo ay hindi tinuturing na surface mail

国際郵便の表書きの書き方例

差出人　住所氏名　　　　　　　　切手

From
Taro Kokusai
2-11-5 Sibaura
Minato-ku Tokyo
108-0023　JAPAN

To
Mr. Hasan Maulana
Jl.Kelapa Puyuh 2 No.13
Kelapa Gading Permai
Jakarta-Timur
INDONESIA

VIA AIR MAIL

黒または青で記入します　　　受取人　住所氏名

　また、「国際小包」という方法で、郵便局から小荷物を外国の家族等に発送することができます。発送手段としては航空便、船便、エコノミー航空（SAL）便の３種類があります。国により制限がかかるところもありますが、基本的に重量は30kgまでです。専用のラベルに必要事項を記入して送ります。

　通常の郵便の他、書類も荷物も同封できるEMS（国際スピード郵便）といったサービスもあります。用途に合わせて使い分けます。

　なお、国際郵便や国際小包では送ることができない品目が国ごとにありますので留意してください。

　国内外の送料等について、詳しくは郵便局の窓口で尋ねるか、日本郵便のホームページなどで確認するようにしてください。

<郵便に関する情報・問合せ>

○　日本郵便ホームページ
　　URL　https://www.post.japanpost.jp/index.html

Halimbawa ng sobreng *airmail*

Pangalan at tirahan ng nagpapadala   Selyo

Gumamit ng itim o asul na tinta   Pangalan at tirahan ng tatanggap

Maaari ka ding magpadala ng pakete sa iyong pamilya sa iyong bansa gamit ang pandaigdigang serbisyo. May tatlong paraan ng pagpapadala ng mga ito, *air mail*, *surface mail*, at *economy mail* (SAL). Bagama't may mga bansang may pagbabawal sa bigat, bilang pangkalahatan, maaaring magpadala ng pakete hanggang 30 kg. Tiyaking may mga detalye sa etiketa.

Bilang karagdagan, ang EMS (Express Mail Service) ay maaaring gamitin upang magpadala ng dokumento o iba pang pakete. Gamitin ang anumang serbisyong tama para sa iyo.

Tandaang ang bawat bansa ay may paghihigpit sa paketeng ipinapadala sa koreo at pandaigdigang serbisyo ng pagpapadala.

Para sa detalye tungkol sa koreo sa loob at labas ng Japan, magtanong sa kawnter sa opisina ng koreo o i-tsek ang kanilang website.

<Impormasyon at katanungan tungkol sa koreo>

○   Website ng Japan Post
   URL   https://www.post.japanpost.jp/index.html

（２）宅配便

　日本では、郵便局の郵便以外に、民間業者による宅配便の仕組みが発達しており、日本全国どこにでも品物を届けてくれます。これらの取り扱いは、各社の営業所やコンビニエンスストア、取り扱いを掲げる各種商店等が窓口となっているほか、戸口まで直接荷物を取りに来る集荷サービスを行うところもあります。

　配送料金はサイズや重さ、配達地域により異なります。お金などの貴重品や危険物は送ることができません。生き物は種類や梱包の状態によりできる場合があります。不明な点は生活指導員や支援担当者の助けを借りながら宅配業者へ確認してください。

　受け取る人が外出中などで不在であった場合は、荷物を置いていかずに営業所や配達担当者の連絡先などを記した「不在連絡票」を置いていきます。この票がポストなどに入っていたときは、受取人から連絡を入れて再度配達してもらう必要があります。数日のうちに配達できなかったときは、差出人に荷物が返されますので注意してください。

　海外への宅配ではヤマト運輸、佐川急便、DHL、FedExなどが行っています。業者によって配達できる地域が限定されるところや、国際小包と同様に、荷物の大きさや重さ、発送できないもの、関税など、配達先の国により制限があります。送る際は専用ラベルを利用し、インボイスを作成します。原則宛名（荷受人の住所、氏名）は英語または漢字で書きます。発送についての詳細は取扱店で確認・相談してください。

(2) Pribadong pagpapadala

Bukod sa opisina ng koreo, may mga pribadong kumpanyang maaaring gamitin sa pagpapadala ng mga pakete kahit saan sa Japan. Ang serbisyong ito ay magagamit sa mga sangay ng kumpanya, *convenience store*, kawnter ng iba't-ibang bisnes, at ilang kumpanyang direktang kokolekta sa iyong tahanan ng nais mong ipadala.

Ang singil sa pagpapadala ay depende sa laki, bigat, at lugar ng papadalhan. Hindi maaaring magpadala ng mga delikado o mahalagang bagay tulad ng pera. Maaaring magpadala ng mga bagay na may buhay depende sa pagkakabalot ng mga ito. Kung may katanungan, makipag-ugnayan sa iyong *daily life advisor* o *support manager* upang matulungan ukol sa nais mong ipadala.

Kung ang papadalhan ay wala sa bahay pagdating ng bagay na ipinadala, ang taong naghatid ng padala ay mag-iiwan ng mensahe na nagsasabing makipag-ugnayan ka sa kanya o sa sangay ng opisina. Kung may makita kang ganitong mensahe sa iyong *mailbox*, atbp., dapat mong tawagan ang taong naghatid o ang kumpanya upang muling ihatid ang padala sa iyo. Tandaang kung hindi makarating sa iyo ang padala sa loob ng ilang araw, ito ay ibabalik sa nagpadala.

May mga kumpanya tulad ng Yamato Transport, Sagawa Express, DHL, at FedEx ang maaaring gamitin upang magpadala ng anuman sa ibang bansa. Depende sa kumpanya, maaaring may mga pagbabawal sa ilang lugar na papadalhan ukol sa laki, bigat, bawal na laman, customs, tulad din ng sa pandaigdigang koreo. Tiyaking gumamit ng nakatalagang etiketa at ilakip ang resibo kapag nagpapadala ng anumang bagay. Bilang panuntunan, ang pangalan ng tatanggap (at tirahan) ay dapat nakasulat sa Ingles o kanji. I-tsek ang kumpanyang gagamitin para sa mga detalye.

13. 公共交通機関

（1）公共交通機関の種類

　日本の交通網は発達していて、公共交通機関には、電車、バス、タクシー、航空機、旅客船などがあります。このうち日常的に利用される以下の3種類について説明します。

ⅰ　鉄道

　日本では、新幹線をはじめとしたJR、私鉄、地下鉄、路面電車などの電車による鉄道網が整備されています。電車を利用することで、安い料金で遠くまで比較的に早く行くことができます。

　電車に乗るときは、乗車駅で先に目的地までの切符を買って改札を通ります。降りるときに降車駅の改札で切符を出しますので、途中で切符をなくすと、料金を再度支払うことになりますので注意してください。なお、交通系ICカード（（3）参照）を利用する場合は、切符を買わず、乗り降りする際にICカードを所定の位置にかざして改札を通ります。

　路線の多くは電車の種類を設定しています。普通電車（各駅停車）は終点までの各駅に停車します。それ以外の特急電車、急行電車、快速電車などは途中の駅をいくつか通過していくもので、それぞれ停車する駅の数が異なります。最初に急行電車で行き、途中で普通電車に乗り換えたりすると、目的地に早く着くことができます。乗ろうとする電車が目的地の駅方面のものかだけでなく、目的の駅に停車する電車かも確認して乗るようにしてください。

　また、特急電車など乗る電車によっては、乗車券の他に特急料金、指定席料金、グリーン席料金が別にかかる場合がありますので確認が必要です。料金が分からない場合は、駅員に尋ねてください。

13. Pampublikong Sasakyan

(1) Mga uri ng pampublikong sasakyan

Ang mga sasakyan sa Japan ay lubusang maunlad, at kabilang ang mga tren, bus, taksi, eroplano, at barko sa mga pampublikong sasakyan. Tingnan ang mga sumusunod para sa paliwanag tungkol sa tatlong uri ng pampublikong sasakyang ginagamit araw-araw.

i Mga tren

May maraming uri ng tren tulad ng Shinkansen (*bullet trains*), Japan Railways (JR), pribadong riles, *subway*, at *streetcar* ang maaaring gamitin sa Japan. Ang paggamit ng tren ay mura lamang at malayo ang maaari mong marating sa lalong madaling panahon.

Bago sumakay ng tren, bumili ng tiket para sa iyong pupuntahan, at pumasok sa tamang pasukan. Tandaang kakailanganin mong muli ang iyong tiket sa iyong pupuntahan, kaya't ingatan itong hindi mawala, kung hindi ay dapat ka muling magbayad. Kapag gumagamit ng IC card (tingnan ang seksiyon (3)), maaari kang pumasok sa pamamagitan ng paghawak ng card sa *card reader* sa *ticket gate* nang hindi na kailangang bumili ng tiket.

Maraming linya ng tren ang may iba't ibang uri ng tren. Ang mga lokal na tren ay humihinto sa bawat istasyon hanggang sa dulo. Ang ibang uri tulad ng *limited express*, *express*, at *rapid* ay lumalagpas sa ilang istasyon kaya't iba-iba ang dami ng kanilang hintuan. Mas mabilis mong mararating ang pupuntahan kung sasakay muna ng *express*, at pagkatapos ay lilipat sa lokal na tren. Bago sumakay ng tren, tiyaking tama ang destinasyon at kung ito ay hihinto sa istasyong pupuntahan mo.

Atsaka, kapag sasakay ng tren gaya ng limited express, posibleng kailangan mong magdagdag ng bayad, pamasaheng pang may nakatalagang upuan, o pamasaheng pang *green car*, kaya't tiyakin muna bago sumakay. Kung hindi ka sigurado, magtanong sa mga kawani ng istasyon.

電車の種類と止まる駅のイメージ例

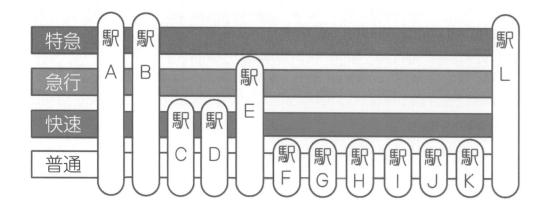

ii　バス

　日本のバスには、長距離バスと地域の決まったルートを移動する路線バスの2種類があります。通常は運転手1名だけで運行するワンマンバスです。

　長距離バスを利用するときは乗車前に目的地までの乗車券を買うなどして支払をすませます。

　路線バスには、料金一律で先払い方式のバス（前方の入口から乗車）と距離により料金が異なる後払い方式のバス（おおむね後方の入口から乗車）があります。また、交通系ICカード（（3）参照）が使えるバスと運賃の支払いを現金のみとするバスがあります。現金のみのバスに乗るときにはあらかじめ100円硬貨や10円硬貨のような小銭を用意しておきます。大半の路線バスは乗り口と降り口が別になります。先払い方式は乗車時に指定の額を支払います。後払い方式では、入口の整理券発行機から整理券をとります。バスを下車するときに、運転席上方の表示板で整理券番号と対応する運賃を確認し、整理券とともに小銭で支払います。

　下車したい場合は、目的地の停留所のアナウンスが流れたときに車内のボタンを押して運転手に合図をします。知らせないとバスは止まらずに行き過ぎてしまいます。

Halimbawa ng uri ng tren at mga hintuan

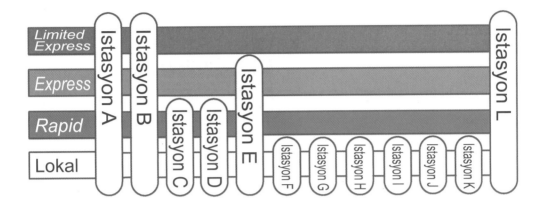

ii Mga Bus

May dalawang uri ng bus sa Japan: malayuang bus at lokal na bus na may nakatakdang ruta ng biyahe. Karamihan sa mga bus ay pinamamahalaan ng nag-iisang tsuper.

Bago sumakay ng malayuang bus, kailangang bumili ng tiket ang mga pasahero hanggang sa kanilang pupuntahan.

Sa mga lokal na bus na may nakatakdang ruta ng biyahe, ang pamasahe ay iisa lamang ang presyo saan ka man pupunta (magbayad sa unahan ng bus pagkasakay mo), o kalkulado depende sa layo (magbayad sa hulihan ng bus pagbaba). May mga bus na tumatanggap ng IC card bilang bayad (tingnan ang seksiyon (3)) at ang iba naman ay tumatanggap ng pera lamang. Para sa iyong kaginhawahan, tiyaking mayroon kang mga 100 yen at 10 yen na barya bago sumakay ng bus na tumatanggap ng pera lamang. Karamihan sa mga bus na may nakatakdang ruta, ang pasukan at labasan ay magkahiwalay. Para sa mga bus na kailangan ng paunang bayad, magbayad agad pagkasakay. Para sa mga bus naman na sa pagbaba dapat magbayad, kumuha muna ng tiket pagkasakay. Bago bumaba, tingnan ang pisara malapit sa tsuper at hanapin ang numerong kapareho ng nasa tiket mo, at ibayad ang tiket at mga barya sa takdang lagayan ng bayad.

Kung nais mong bumaba ng bus pagkarinig sa ispiker ng pangalan ng iyong hintuan, pindutin ang pindutan upang ipaalam sa tsuper na bababa ka na. Kung hindi mo ipapaalam sa tsuper na nais mong bumaba, maaaring lampasan niya ang hintuan.

バス路線は複雑に入り組んでいるものが多いので、慣れないと目的地とは違った方向に行ってしまうこともあります。バスを利用して迷子になり、周囲に多大な心配をかけた技能実習生の事例もありました。バスを利用する際は、生活指導員や支援担当者から路線番号や停留所の名前など必要な知識を教わってから利用するようにしてください。

iii　タクシー

　タクシーはたいがい、街のどんなところでも止まってくれますし、そこから目的地まで直接移動できるので非常に便利な乗り物です。身近な交通機関として利用されますが、鉄道やバスに比べて利用料金が高額となりますので、次のような状況のとき利用するとよいでしょう。

　①　緊急のとき

　②　目的地までの道順が分からないとき

　③　強い雨が降っているとき

　日本のタクシーは自動ドアになっていますので、乗客が自らドアを開閉する必要はありません。また、乗車人数に制限があり通常は最大4人までです。5人以上の人数で移動する場合には、2台に分乗することになります。

　空車のタクシーはフロントガラス越しに赤く「空車」のサインが出ています。手を上げて合図をすれば止まってくれます。場所によってはタクシー乗り場が決まっていることがあります。その場合は乗り場のところにたいていタクシーがいますので、そこから乗るようにします。

Maraming ruta ng bus ang nakakalito, kaya baka maligaw ka kung hindi ka pa sanay. May mga kaso kung saan ang mga *technical intern trainees* ay naligaw at naging sanhi ng lubos pag-aalala para sa iba. Bago ka sumakay ng bus, magpaturo sa iyong *daily life advisor* o *support manager* ng numero ng ruta, pangalan ng hintuan, at iba pang mahalagang impormasyon.

iii Mga Taksi

Sa kabuuan, maaaring huminto ang taksi saan man sa lungsod at diretso kang ihatid sa iyong pupuntahan, kaya't napakaginhawa ang paggamit nito. Bagama't ito ay madaling paraan ng transportasyon, higit na mahal ang pamasahe dito kumpara sa mga tren at bus, kaya't ipinapayong gumamit lamang ng taksi sa mga sumusunod na sitwasyon.

① Emerhensiya

② Kapag hindi mo alam ang ruta sa iyong pupuntahan.

③ Kapag napakalakas ng ulan.

Ang mga taksi sa Japan ay may awtomatikong pintuan, kaya't hindi kailangan ng pasahero ang magbukas at magsara nito. Atsaka, tandaang kadalasan ay hanggang apat na tao lamang ang pwedeng sumakay dito. Kung magbabiyahe nang may lima or higit pang katao, dapat kayong bumuo ng grupo at gumamit ng dalawang taksi.

Maaari mong parahin ang taksing may pulang palatandaan sa salamin nito. Itaas ang kamay upang senyasan ang tsuper na hintuan ka. Sa ilang lugar, ang mga taksi ay humihinto lamang sa nakatakdang hintuan, kung saan kadalasan ay may mga nakapila nang taksi para sa iyo.

利用料金は運転席の横にあるメーターに表示されます。なお、深夜 10 時（地域によっては 11 時）から早朝 5 時までは割増料金となりますので留意してください。

（2）交通機関利用時のマナー

　遠方まで行くような特急電車以外の電車やバスの車内は通常　"禁煙" です。禁煙／喫煙の区別については、必ず車内に表示がありますので確認してください。また、駅構内やホームもだいたいが禁煙です。喫煙ができる場合でも、喫煙時間や喫煙場所が定められていることが多いので確認するようにしてください。

　また、電車やバスなどの大量輸送機関には、"優先席" が設置されています。優先席とは、お年寄りや体の不自由な人が優先的に座れるよう周囲に配慮を求める座席です。車内にお年寄りや身体に不自由な人がいないときは普通に座れますが、乗り込んできた場合には、声をかけて座席を譲るようにしてください。

　乗車時に他の利用者がいるときは列を作って並びます。日本では原則として降りる人が優先です。ドアの周りを広く開けて降りる人を待ってから、並んだ順に電車に乗るようにします。

　日本では公共の場において大声で会話することはマナー違反です。電車やバスの車内では周囲の迷惑にならないように会話をします。スマートフォンや携帯電話の通話もマナー違反となりますので乗車時の通話は控えてください。

禁煙の案内の例　　　　　　　　　　　優先席の案内の例

Ang pamasahe ay makikita sa metro sa tabi ng tsuper. Tandaang may karagdagang bayad mula 10:00 p.m. (mula 11:00 p.m. sa ibang lugar) hanggang 5:00 a.m.

(2) Mga kabutihang asal sa pampublikong sasakyan

Isa pang dapat tandaan na ipinagbabawal ang paninigarilyo sa lahat ng tren, maliban sa mga may pangmalayuang biyahe. Ang lahat ng tren ay may palatandaang magsigarilyo o bawal magsigarilyo sa bawat karo. Atsaka, ang paninigarilyo ay kadalasang ipinagbabawal sa loob ng istasyon at *platform*. Kahit na ipinapahintulot ang paninigarilyo, ito ay kadalasang sa nakatakdang oras at lugar lamang, kaya't i-tsek muna bago magsindi ng sigarilyo.

Ang sistema ng pampublikong transportasyon ay kadalasang may *priority seats* na para sa matatanda o mga taong may kapansanan, atbp. Bagama't pwede ka namang maupo sa mga upuang ito kapag walang matatanda o sinumang may kapansanan sa paligid, dapat mo itong ialok sa sinumang makita mong nangangailangang maupo.

Habang naghihintay sa tren, pumila kasama ang iba pang pasahero. Bilang panuntunan, ang mga bumababa ng tren ang mas may karapatang dumaan, kaya't bigyang-daan muna sila pagkabukas ng pinto ng tren, hintayin silang makalabas, atsaka ka pumasok.

Ang pagsasalita nang malakas sa pampublikong lugar ay tinuturing na bastos sa Japan. Sikaping gumamit ng mahinang boses kapag may kausap upang hindi makagambala sa ibang tao sa tren o sa bus. Ang pagsasalita nang malakas sa telepono ay tinuturing ding kabastusan, kaya't iwasan ito lalo na kapag nasa pampublikong sasakyan.

Karatula ng bawal manigarilyo

Karatula ng *priority seat*

（3）交通系ICカード

　鉄道をはじめとした公共交通機関で運賃の支払に利用できるICカードのことで、乗車するたびに切符を購入したり料金を現金で支払うことなく電車やバスを利用できます。先に入金（チャージ）しておく方式と、後で銀行口座などから引き落とす方式があります。電子マネー機能を備えているものも多く、ショッピング等の支払いにも利用できるものがあります。

　電車では駅の改札機の上にカードリーダーが設置されており、これにカードをかざすと運賃の支払いとともに改札を通ることができます。

　運賃後払いのバスでは整理券を取る代わりに乗車時に入口付近のカードリーダーにかざし、降車時に運賃支払用のカードリーダーにかざすと支払いができます。

　これらのカードは基本的に、販売するそれぞれの鉄道会社やバス会社等の路線だけで使えますが、次の10種類のICカードでは相互利用ができます。

相互利用が可能な交通系ICカードの種類

Kitaca	PASMO	Suica	manaca	TOICA
PiTaPa	ICOCA	はやかけん	nimoca	SUGOCA

(3) IC card para sa transportasyon

Ito ang IC card na maaaring gamiting pampamasahe sa pampublikong transportasyon gaya ng tren upang hindi na kailangan ng tiket o pera. Ang iba ay nagdadagdag ng halaga bago ito gamitin, at ang iba naman ay nawi-widro sa bangko matapos gamitin ang card. Maraming IC card ay maaari ding gamiting pambayad sa pamamalengke, atbp.

May *card reader* na nakakabit sa bawat daanan sa istasyon ng tren, at ang paglapat ng iyong card sa mga ito ay sapat na upang makapagbayad ka ng pamasahe at makapasok sa istasyon.

Sa mga bus kung saan dapat magbayad pagbababa na, ilapat ang IC card sa reader sa may pasukan sa halip na kumuha ng tiket, at pagkatapos ay ilapat ulit ito bago bumaba upang magbayad ng pamasahe.

Kadalasan, ang mga card na ito ay magagamit sa mga ruta ng tren at bus, at ang mga sumusunod na IC card ay maaaring gamitin nang papalit-palit.

Mga IC card na maaaring papalit-palit sa transportasyon

Kitaca	PASMO	Suica	manaca	TOICA
PiTaPa	ICOCA	Hayakaken	nimoca	SUGOCA

14. 交通ルール

　道路は多くの歩行者や車が日々通行します。皆が安全に通行できるように、一人ひとりが交通ルールや交通マナーを守ることが大切です。

（1）歩道と車道

　基本的に日本では歩行者は右側通行、自動車や自転車は左側通行となります。信号や道路標識に従って通行します。自動車・自転車と歩行者では、歩行者が優先です。

　道路を歩く場合は、歩道や路側帯を通行します。ないときは道路の右端を歩くようにします。また、横断歩道や横断歩道橋、横断用地下道が近くにあるところではこれらを利用します。

　自転車は、車道と歩道の区別のある道路では車道を走ります。車の邪魔にならないよう左側端の方を通行します。自転車道があるときや、交差点やその付近に自転車横断帯があるときはそれらを通行します。

　日本では非常に交通信号が守られています。どんなに左右から車が来なくても、赤信号であれば車は発車せずに青信号（緑の信号）に変わるまで待っています。逆に緑の信号の場合は、ブレーキを踏むことなく車は走って来ます。歩行者側が赤信号の時に交差点を渡ると事故を招きかねません。なお、黄色信号はそこで直ちに安全に止まることが難しい場合を除き、赤信号と同様に「止まれ」のサインとなります。

　信号機のないところを渡るときは左右をよく見て車が来ていないことを確認してから渡ります。車が近づいてきているときは通り過ぎるまで待ってから渡るようにしてください。

　また、鉄道の線路があるところには、道路の通行を止めて電車を通過させるための踏切が設置されています。警報器が鳴って遮断機が下り始めたら、絶対に踏切に入らないようにしてください。遮断機が再び上がったあとに渡ります。

　日本という外国で事故に遭わないためにも、交通ルールを必ず守るように心掛けてください。

14. Mga Batas-trapiko

Maraming tao at sasakyan ang nagbibiyahe sa daan. Mahalagang sundin ang mga batas-trapiko at kabutihang-asal sa biyahe upang matiyak ang kaligtasan ng lahat.

(1) Mga tabingdaan at kalsada

Kadalasan sa Japan, ang mga naglalakad ay dapat manatili sa bandang kanan at ang mga bisekleta at sasakyan sa kaliwa. Ang mga signal ng trapiko at karatula sa daan ay dapat sundin. Ang mga taong naglalakad ay mas may karapatan sa daan kaysa mga bisekleta at sasakyan.

Kapag naglalakad sa daan, gamitin ang tabingdaan o gilid ng kalsada. Kung wala nito, maglakad sa kanang dako ng daan. Kung may tawiran, tulay para sa tao, o underpass na malapit, tiyaking gamitin ang mga ito.

Ang mga bisekleta ay dapat dumaan sa kalsada kung walang tabingdaan. Dapat silang manatili sa bandang kaliwa ng daan upang hindi maharangan ang mga sasakyan. Dapat din silang manatili sa mga daang pambisekleta kung mayroon nito at gamitin ang tawirang pambisekleta sa mga kanto.

Sa pangkalahatan, ang mga Hapones ay laging sumusunod sa ilaw-trapiko. Humihinto sila kapag pula ang ilaw nito hanggang maging berde, kahit na walang sasakyan ang dumarating mula sa kaliwa o kanan. Subalit, kung ang ilaw ay berde, ang mga sasakyan ay patuloy na aandar nang hindi tumitingin sa kaliwa't kanan. Ang pagtawid sa daan kapag pula ang ilaw ay maaaring magbunga ng aksidente. Maliban kung mapanganib na biglang huminto nasaan ka man, ituring ang dilaw na ilaw na parang pula, kaya dapat kang tumigil.

Kapag tatawid sa daang walang ilaw-trapiko, tiyakin munang walang parating na sasakyan mula bago ka tumawid. Kung may makita kang parating na sasakyan, hintayin itong makaraan bago ka tumawid.

May mga krosing sa mga daang may magkakrus na linya ng tren upang pahintuin ang mga sasakyan. Kapag tumunog ang kampanilya at bumaba ang harang sa riles, dapat kang lumayo sa krosing. Maaari kang tumawid kapag tumaas nang muli ang harang.

Dapat kang sumunod lagi sa mga batas-trapiko sa Japan upang maiwasan ang anumang akisidente.

（2）運転免許証

　自動車や自動二輪車、原動機付き自転車などを運転するためには、道路交通法による日本の運転免許が必要です。

（3）自転車の利用と交通ルール

　自転車は軽車両に分類されますが運転免許証を特に必要としません。移動に多用される反面、交通ルールを守らない走行により交通事故が多発しています。
　そのため、日本では特に自転車の通行について以下の「自転車安全利用五則」があります。

＜自転車安全利用五則＞
ⅰ　自転車は、車道が原則、歩道は例外
　道路交通法上、自転車は軽車両と位置付けられています。従って歩道と車道の区別のあるところは車道通行が原則です。
罰則　３ヵ月以下の懲役または５万円以下の罰金

(2) Lisensiya ng tsuper

Ayon sa Batas-Trapiko sa Japan, kailangan mo ng lisensiya ng tsuper upang makapagmaneho ng sasakyan, motosiklo, at de-motor na bisekleta.

(3) Batas-trapiko para sa mga bisekleta

Bagama't ang mga bisekleta ay nauuri bilang *light road vehicle*, hindi mo kailangan ng lisensiya upang gumamit nito. Kahit na madalas silang ginagamit sa transportasyon, ang mga taong lumalabag sa batas-trapiko habang nasa bisekleta ay nagiging sanhi ng maraming aksidente.

Dahil dito, ang mga sumusunod na Limang Panuntunan para sa Ligtas na Pagbibisekleta ay dapat sundin kapag nagbibisekleta sa Japan.

<Limang Panuntunan para sa Ligtas na Pagbibisekleta>

i Ayon sa tuntunin, ang mga siklista ay dapat dumaan sa kalsada, at dadaan lamang sa tabingdaan kung hindi maiwasan

Sa ilalim ng Batas ukol sa Trapiko, ang mga bisekleta ay nauuri sa *light road vehicle*. Ayon sa tuntunin, ang mga siklista ay dapat gumamit ng kalsada kung nakahiwalay ang tabingdaan.

Parusa Pagkabilanggong hanggang tatlong buwan o multang hanggang 50,000 yen

ii　車道は左側を通行

　自動車は道路の左側に寄って通行しなければなりません。

罰則　3ヵ月以下の懲役または5万円以下の罰金

iii　歩道は歩行者優先で、車道寄りを徐行

　歩道では、すぐに停止できる速度で、歩行者の通行を妨げる場合は一時停止しなければなりません。

罰則　2万円以下の罰金または科料

iv　安全ルールを守る

① 飲酒運転は禁止

　自転車も飲酒運転は禁止です。

罰則　5年以下の懲役または100万円以下の罰金

※酒で酔った状態で運転した場合

② 二人乗りは禁止

　6歳未満の子どもを1人乗せるなどの場合を除き、2人乗りは禁止です。

罰則　2万円以下の罰金または科料

③ 並進は禁止

　「並進可」標識のある場所以外では、並進禁止です。

罰則　2万円以下の罰金または科料

ii Sa malalaking kalsada, dapat manatili sa bandang kaliwa ang mga siklista

Dapat manatili sa kaliwang bahagi ng daan ang mga siklista.

Parusa Pagkabilanggong hanggang tatlong buwan o multang hanggang 50,000 yen

iii Sa mga tabingdaan, ang mga siklista ay dapat magbigay-daan sa mga taong naglalakad at magmabagal

Sa mga tabingdaan, ang mga siklista ay dapat magmabagal upang madali silang makakahitnto kung kailangan. Dapat silang huminto kung makakaharang sila sa mga naglalakad.

Parusa Multang hanggang 20,000 yen o malaking higit pa

iv Ang mga siklista ay dapat sumunod sa mga patakarang pangkaligtasan

① Bawal ang pagbibisekleta nang lasing

Ang pagbibisekleta nang lasing ay mahigpit na ipinagbabawal, gaya ng pagmamaneho nang lasing.

Parusa Pagkabilanggong hanggang limang taon o
multang hanggang isang milyong yen
*Kapag nagbibisekleta nang lasing

② Bawal ang pagbibisekleta nang may angkas

Maliban sa pag-aangkas ng batang hindi hihigit sa anim na taon, ang pagbibisekleta nang may angkas ay ipinagbabawal.

Parusa Multa hanggang 20,000 yen o malaking higit pa

③ Bawal ang pagbibisekleta nang may kasabay

Ang pagbibisekleta nang magkasabay o magkatabi sa daan, maliban kung may karatula sa daan na nagsasabing pinapahintulutan ito.

Parusa Multa hanggang 20,000 yen o malaking higit pa

124

④　夜間はライトを点灯

　夜間は、前照灯および尾灯（または反射器財）を
つけてください。

罰則　５万円以下の罰金

⑤　信号は守る

　信号を必ず守ってください。「歩行者・自転車専用」
信号機のある場合は、その信号に従ってください。

罰則　３ヶ月以下の懲役または５万円以下の罰金

⑥　交差点での一時停止と安全確認

　一時停止の標識を守り、狭い道から広い道に出る
ときは徐行します。安全確認を忘れずにします。

罰則　３ヵ月以下の懲役または５万円以下の罰金

④ **Dapat may ilaw ang unahan ng bisekleta sa gabi**

Ang mga siklista ay dapat magbukas ng ilaw (o panginang) sa unahan at likuran ng bisekleta sa gabi.

Parusa Multa hanggang 50,000 yen

⑤ **Dapat sundin ng mga siklista ang ilaw-trapiko**

Kailangang sundin ng mga siklista ang ilaw-trapiko. Ang mga ilaw para sa mga naglalakad at nagbibisekleta ay dapat sundin.

Parusa Pagkabilanggong hanggang tatlong buwan o multa hanggang 50,000 yen

⑥ **Dapat huminto ang mga siklista sa mga kanto upang maniguro ng kaligtasan**

Ang mga siklista ay dapat magmabagal ng takbo bago pumasok sa mas malawak na daan, habang naniniguro ng kaligtasan.

Parusa Pagkabilanggong maaaring umabot hanggang tatlong buwan o multang maaaring umabot sa halangan 50,000 yen

v　子どもはヘルメット着用

　児童・幼児の保護責任者は児童・幼児に乗車用ヘルメットをかぶらせるようにしましょう。

　また、その他に次のルールも違反すると罰則があり、遵守することが求められています。

●運転中の携帯電話はやめましょう

罰則　1年以下の懲役または30万円以下の罰金

●傘さし運転はやめましょう

罰則　3ヶ月以下の懲役又は5万円以下の罰金等

　なお、次の14項目の内容で交通の危険を生じさせる違反を3年以内に2回以上繰り返す自転車運転者には、安全運転を行わせるための講習の受講が義務付けられています。

① 信号無視
② 通行禁止違反
③ 歩行者用道路徐行違反
④ 通行区分違反
⑤ 路側帯通行時の歩行者通行妨害
⑥ 遮断踏切立ち入り
⑦ 交差点安全進行義務違反等
⑧ 交差点優先車妨害
⑨ 環状交差点の安全進行義務違反
⑩ 指定場所一時不停止等
⑪ 歩道通行時の通行方法違反
⑫ ブレーキ不良自転車運転
⑬ 酒酔い運転
⑭ 安全義務違反

　受講命令に違反する者には3ヵ月以下の懲役刑または5万円以下の罰金刑が適用されますので留意してください。

v Ang mga bata sa bisekleta ay dapat magsuot ng helmet

Ang mga tagapag-alaga ng mga batang 13 taon pababa ay dapat magturo sa mga batang magsuot ng helmet habang nagbibisekleta.

Gayundin, ang mga sumusunod na patakaran ay dapat sundin. May mga parusa sa paglabag ng mga ito.

●Huwag makipag-usap o gumamit ng telepono habang nagbibisekleta

Parusa Pagkabilanggong hanggang isang taon o multa hanggang 300,000 yen

●Huwag gumamit ng payong habang nagbibisekleta

Parusa Pagkabilanggong hanggang tatlong buwan o muta hanggang 50,000 yen

Ang mga siklistang lalabag sa kahit alin sa 14 na patakarang ito na dahilan ng panganib sa trapiko dalawang beses o higit pa sa loob ng tatlong taon ay aatasang sumailalim sa pagsasanay para sa ligtas na pagmamaneho.

① Hindi pagsunod sa batas-trapiko

② Paglabag sa karatulang Bawal Pumasok/Bawal Dumaan

③ Pagsuway sa atas na magmabagal sa daanan ng mga tao

④ Pagbibisekleta sa maling bahagi ng daan

⑤ Pagharang sa daanan ng mga tao habang nagbibisekleta

⑥ Pagtawid sa krosing habang sarado ito

⑦ Paglabag sa atas na mag-ingat sa kanto, atbp.

⑧ Pagharang sa priority vehicle sa mga kanto, atbp.

⑨ Paglabag sa atas mag-ingat sa roundabout

⑩ Hindi paghinto nang pansamantala sa mga nakatakdang lugar, atbp.

⑪ Paglabag sa atas na mag-ingat sa pagbibisekleta sa tabingdaan

⑫ Paggamit ng bisekletang may sirang preno

⑬ Pagbibisekleta nang lasing

⑭ Paglabag sa atas na mag-ingat sa pagbibisekleta

Tandaang ang sinumang lumabag sa atas na sumailalim sa pagsasanay ay maaaring maparusahan ng pagkabilanggo o multa hanggang 50,000 yen.

（4）交通事故時の対応

　道路を通行するときに、交通ルールを守っていても交通事故が発生してしまうこともあります。交通事故を起こしてしまったときは次のことを行ってください。

ⅰ　車両の運転停止

　直ちに車や自転車を止め、歩行者や車など他の交通の妨げにならないように移動します。

ⅱ　ケガ人の救護と救急への通報など

　相手や自分がケガを負っていないか確認し、ケガの程度により救急車（電話番号119）を呼びます。頭を打っていた場合や心配な時は迷わず救急車を呼んでください。

　なお、事故時には軽傷だ、大丈夫だと思っていても、後から具合が悪くなるケースもあります。念のためすみやかに医師の診断を受けておくと安心です。

ⅲ　警察への事故の連絡

　ケガ人のあるなしに関わらず、その場で警察（電話番号110）に通報する必要があります。警察へ事故の報告を怠ると、道路交通法の報告義務違反になります。警察官が来て事故の報告を終えるまで事故現場から立ち去ってはいけません。

　警察は交通事故の届出に対して「交通事故証明書」を発行します。必要なときにはこれを取得します。

　また、交通事故を起こしてしまったときは相手への謝罪など真摯な対応が求められます。生活指導員や支援担当者に相談しながら対応するようにしてください。

(4) Mga dapat gawin kung maaksidente

Kapag nagmamaneho, maaari kang maaksidente kahit na sumusunod ka sa batas-trapiko. Gawin ang mga sumusunod kung ikaw ang sanhi ng aksidente.

i Pahintuin ang sasakyan

Agad na pahintuin ang iyong kotse o bisekleta at tumabi sa lugar kung saan hindi ka nakaharang sa mga tao.

ii Tulungan ang sinumang sugatan at tumawag ng ambulansiya

Siyasatin kung ikaw o ang ibang tao ay nasugatan, at tumawag ng ambulansiya kung malubha ang sugat (tumawag sa 119 sa iyong telepono). Huwag magdalawang isip na tumawag ng ambulansiya kung nasaktan ang iyong ulo o nag-aalala ka tungkol sa anumang sugat.

Kahit bahagya lamang ang iyong sugat at maayos naman ang iyong pakiramdam sa oras ng aksidente, baka sumama ang pakiramdam mo kinamamayaan. Tiyaking matingnan ka agad ng doktor upang mapanatag ang iyong isip.

iii Ipagbigay-alam sa pulisya ang aksidente

Kahit walang nasaktan, dapat kang agad na tumawag sa pulisya (tawagan ang 110 sa iyong telepono). Ang hindi pagbibigay-alam sa pulisya ay paglabag sa iyong obligasyong sumunod sa batas-trapiko. Hindi ka dapat umalis sa lugar ng aksidente hanggang dumating ang mga pulis at matapos kang magbigay ng ulat.

Ang pulis ay magbibigay ng sertipiko ng aksidente matapos mabigyang-alam tungkol sa aksidente. Makakatanggap ka ng kopya kung kailangan.

Kung maging sanhi ka ng aksidente, dapat kang humingi ng paumanhin sa taong naaksidente mo at seryosong makipag-usap sa kaniya. Makipag-ugnayan sa iyong *daily life advisor* o *support manager* kung kailangan mo ng tulong.

（5）自転車保険

　自転車事故について、近年では、相手を負傷させた結果、数千万円の支払いとなるような高額な賠償の事例が散見されるようになりました。こうした状況を受けて、都道府県などの地方自治体によっては条例で民間の自転車保険への加入を義務付けていますので、住んでいる都道府県や市区町村のホームページなどで確認するようにしてください。義務のあるなしにかかわらず、万一のための備えとして、加入をしておくと安心です。

(5) Seguro ng bisikleta

Nitong mga nakaraang taon, naging pangkaraniwan para sa mga naaksidente ang makatanggap ng kabayarang ilang milyong yen mula sa nakaaksidente. Dahil dito, maraming pang-rehiyon at lokal na pamahalaan ang nag-uutos na kumuha ng seguro ng bisikleta, kaya't tiyakin ang detalye sa website ng iyong lokal na pamahalaan. Ang pagkuha ng seguro kahit hindi ka inuutusan ay magbibgay sa iyo ng kapayapaan sa isip kung sakaling ikaw ay nakaaksidente.

15. 公共施設と地域交流

　日本では、市民同士の交流や、芸術や文化に触れるなど、有意義な余暇の利用ができるよう、行政や民間が市民に向けて様々な施設を設置しています。

（1）地域交流のための施設

　市区町村などでは、地域にコミュニティ活動の核となる市民センターや市民会館、公民館等の交流施設を設置し、市民に利用を促しています。技能実習生や特定技能外国人は住民登録をしている市民ですので、このような公共施設を積極的に利用することができます。

　市民センターなどの機能はそれぞれで異なりますが、図書館や調理室、体育施設などを備えているところも多くあり、施設を使って料理教室やスポーツ教室などを開催している場合もあります。利用料がかかるケースもありますが、無料または安価に利用することができます。これらの情報は行政のパンフレットや施設の掲示などで案内されています。生活指導員や支援担当者に尋ねてみてもよいでしょう。

　行政の案内にはその他の行事やバザー、祭、講座、集まりなどのお知らせも掲載されています。積極的に参加することで新たな交流の輪が広がります。

　なお、このような公共施設などには、利用者が自由に使えるように傘やスリッパなどの備品が置かれています。この備品類は市民の皆で使っていく「共有物」であり「借り物」です。使うときには丁寧に扱い、勝手に持ち出さないようにします。特に傘は施設側で用意したものか、利用者が置き忘れたものか分からない場合があります。利用したいときは施設の人に確認をするようにしてください。

（2）コミュニティ団体（自治会・町内会）

　日本では地域社会での助け合いや親睦を深めるため、また住みやすい街づくりを目指して、地域の人達が自主的に町内会や自治会を結成し活動しています。運営に必要な経費は会員となった住民が会費として負担しています。活動の例としては防災訓練や町内の祭り、スポーツ大会、ラジオ体操などイベントの企画・実施、市区町村からのお知らせの回覧などです。

15. Pampublikong Pasilidad at Lokal na Pakikipag-ugnayan

Sa Japan, ang pamahalaan at pribadong sektor ay naghahandog ng iba't-ibang uri ng pasilidad upang magkaroon ng ugnayan ang mga residente, malibang sila sa sining at kultura, at maging makabuluhan ang libreng oras.

(1) Pasilidad para sa lokal na pakikipag-ugnayan

Karamihan sa mga lokal na pamahalaan ay naghahandog ng mga sentrong sibiko at sentrong komunidad kung saan ang mga residente ay hinihikayat na magpunta. Ang mga *technical intern* at *specified skilled worker* ay rehistradong residente, kaya't maaari mong gamitin ang mga pasilidad na ito.

May iba't-ibang katangian ang mga sentrong sibiko, at karamihan ay may silid aklatan, kusina, at bulwagan ng palakasan. Ang iba ay ginagamit sa pagtuturo ng pagluluto o isport. Bagama't may ibang naniningil upang magamit ang mga pasilidad, karamihan sa mga ito ay libre o mura lamang. Makakakita kang iba pang detalye sa mga polyeto o *bulletin board* sa mga pasilidad. Maaari kang makipag-usap sa iyong *daily life advisor* o *support manager* para sa detalye.

Kasama sa mga impormasyon mula sa pamahalaan ang tungkol sa mga bazaar, kapistahan, mga pag-aaral, at iba pang pagtitipon. Ang pagpunta sa mga ito ay makakatulong upang makakilala ng mga kaibigan.

Ang mga pasilidad na ito ay kadalasang nagpapahiram ng payong, tsinelas, at iba pang gamit sa mga residente. Ang mga bagay na ito ay pinagsasaluhan, at hiram lamang. Gamitin ang mga ito nang may paggalang at huwag iuwi sa bahay. Napakadaling mapagkamalan ang mga payong sa pasilidad na pag-aari ng bisita. Mabuting ideya ang magpaalam muna sa tauhan sa pasilidad bago gamitin ang anumang gamit.

(2) Mga grupo sa komunidad (samahan ng mga residente/magkakapitbahay)

Sa Japan, ang mga residente ay kusang nagbubuo ng mga samahan ng residente at magkakapitbahay upang matulungan ang ibang tao sa lokal na pamayanan, maging mabuting magkakaibigan, at mapabuti ang lugar ng tirahan. Ang mga residenteng kaanib ng grupo ay nagbabayad ng kaunting halaga upang panggastos. Ilan sa kanilang ginagawa ay pagpaplano para sa kalamidad, mga aktibidad na pampalakasan, mga aktibidad na *radio taiso*, atbp. gayundin ang pagkalat ng balita mula sa lokal na pamahalaan.

地域の行政情報は「回覧板」で把握することができます。回覧板は内容を読んだら放置せず、すみやかに隣の家に回します。

　入会は任意ですが、地域交流を図るために積極的な参加をお薦めします。加入や会費などについての詳細は市区町村または近所の人に尋ねてください。

（3）情報・文化や芸術に触れる施設

　日本の公立図書館は、誰でも無料で利用することができます。地域の図書館では、市民や在勤・在学者が書籍等の貸出サービスを受けることができます。その図書館に蔵書がなくても他の図書館から取り寄せるサービスを行うところもあります。図書館で借りた本は必ず返しましょう。

　また、芸術や文化に触れるための施設として、公立または民間の施設で美術館、博物館、劇場などの文化施設があります。これらの施設は基本的に入館料などがかかります。施設の情報は市区町村のホームページや施設を運営する団体や機関のホームページなどで知ることができます。また役場や地域交流施設などにも情報パンフレットを置いているところがありますので利用してみてください。

（4）地域の施設や催し物の調べ方

　地域にある文化芸術等の施設や地域の催し物は、基本的にはその地域の行政のホームページや、役所に置いてあるパンフレット・チラシなどで案内されています。また、コミュニティ団体が配布する行政の情報誌や回覧などで情報を得ることができます。

　大きな祭りの情報などは有料の旅行ガイドや情報雑誌などでもまとめて案内されています。これらの冊子は公立図書館で閲覧できるところもありますので、いろいろな情報源を活用し、余暇を使った地域交流や教養を深めることを楽しんでください。

Makikita ang mga detalye tungkol sa lokal na pamahalaan sa *kairanban* (circular). Matapos itong basahin, mangyaring agad na ipasa ito sa susunod na kapitbahay sa halip na iwanan lamang ito kung saan.

Bagama't hindi ka inaatasang makilahok sa asosasyon ng magkakapitbahay, ipinapayo naming makilahok sa mga aktibidad ng lipunan. Para sa mga detalye ukol sa pakikilahok at bayad bilang maging kasapi, magtanong sa iyong lokal na pamahalaan o mga kapitbahay.

(3) Mga pasilidad para sa kaalaman, kultura, at sining

Ang sinuman ay maaaring gumamit ng silid-aklatan sa Japan nang libre. Ang mga residente, manggagawa, at estudiyante sa lugar ay maaaring humiram ng libro sa mga lokal na silid-aklatan. Kahit na wala silang librong kailangan mo, maaari silang manghiram sa ibang aklatan para sa iyo. Tiyaking isauli ang anumang hiniram na libro.

Ang mga pampubliko at pribadong pasilidad tulad ng museo ng sining, dulaan, at iba pang pasilidad na pangkultura ay naghahandog sa mga bisita nito na maranasan ang sining at kultura. Sa pangkalahatan, ang mga lugar na ito ay may bayad. Malalaman mo ang tungkol sa mga lugar na ito sa website ng lokal na pamahalaan o website ng mga grupo o institusyong namamahala ng pasilidad. Makikita mo rin ang mga polyeto sa mga opisina ng lokal na pamahalaan at sentro ng pamayanan.

(4) Paano malalaman ang tungkol sa lokal na pasilidad at mga kaganapan

Kadalasan, ang mga impormasyon tungkol sa pasilidad para sa lokal na kultura at sining, kapistahan, at iba pang kaganapan ay makikita sa website ng lokal na pamahalaan o polyeto sa mga opisina ng sambayanan. May mga impormasyon ding pinamamahagi sa mga grupo ng pamayanan at lokal na pamahalaan.

Ang mga gabay sa paglalakbay at iba pang magasin ay maaaring bilhin sa malalaking kapistahan, atbp. para sa iba pang impormasyon. Ang ilan sa mga ito ay makikita sa pampublikong aklatan, kaya't gamitin ang mga ito upang parunungin ang sarili at makisalamuha sa pamayanan habang naglilibang sa iyong libreng oras.

16. 日本語の学習

　日本で使用される言語は、日本語です。日本に在留する外国人にとって日本語が使えるようになると、周りの日本人との意思疎通もできるようになり、知り合いも増えて、行動範囲も広がります。

　日本での生活をより充実したものにするために、是非、日本語を身につけて下さい。

　日本語の学習教材として、多くの日本語学校などで使われている『みんなの日本語』（株式会社スリーエーネットワーク発行）をはじめとした様々な学習テキストが出ています。

　日本語が学べる場としては、一般の日本語学校や大学などの高等教育機関の他に、地方自治体や国際交流協会、NPOなどの民間団体の日本語教室があります。地域によってはボランティアによる教室が開催されています。ホームページや地域交流施設や行政事務所などの情報掲示板をチェックしてみてください。昨今はパソコンやスマートフォンを使ったeラーニングなどの遠隔型の学習教材を活用する人が増えています。日本語の学習アプリもいろいろと出ているようです。

　また文化庁では日本語教育コンテンツ共有システム（通称NEWS）を提供していますので参考にしてください。

　なお、JITCOでも主に技能実習生の学習用としてテキストなど日本語教材を提供しています。日本語を初めて学ぶ方を念頭に開発したもので、外国語による対訳がついているものものあります。是非使ってみて下さい。

　学習の方法はいろいろありますので、生活指導員や支援担当者に相談しながら学習教材や学ぶ場を探し、自分にあった学習方法を見つけて下さい。

＜日本語学習に関する情報・問合せ＞

○　文化庁ホームページ　NEWS

　　URL　http://www.nihongo-ews.jp/

16. Pag-aaral ng Wikang Hapon (Nihongo)

Ang Nihongo ay ang pangkaraniwang wika sa Japan. Ang matuto ng paggamit nito ay magiging kapakipakinabang para sa mga dayuhan upang makipag-usap sa mga tao sa paligid, magkaroon ng mga kaibigan, at mapalawak ang iyong karanasan.

Kunga maaari sana ay mag-aral ka ng Nihongo. Mas magiging kaaya-aya ang buhay mo sa Japan.

May iba't-ibang aklat para sa pag-aaral ng Nihongo. Isa sa mga pinakakilala at ginagamit ng maraming paaralan ng wika ay ang *Minna no Nihongo* (3A Corporation).

Bukod sa pangkaraniwang paaralan ng wika at mga paaralan para sa mataas na edukasyon tulad ng mga unibersidad, maaari ka ring mag-aral ng Nihongo sa mga silid-aralan na handog ng mga lokal na pamahalaan, pandaigdigang organisasyon, NPO, at iba pang asosasyon. Sa ibang lugar, may mga klase kung saan ang mga guro ay boluntaryo. Alamin sa mga website at *bulletin board* sa mga *community center* at mga tanggapan ng pamahalaan para sa mga detalye. Parami nang parami ang mga nag-aaral gamit ang kompyuter at smart phone. Marami ding apps para sa pag-aaral ng Nihongo.

Maaari ding i-tsek amg *Agency for Cultural Affairs Nihongo Education Contents Web Sharing System* (NEWS).

Nagbibigay din ang JITCO sa mga technical intern trainees ng mga aklat tungkol sa Nihongo. Dahil ang mga ito ay para sa mga nag-aaral ng Nihongo sa unang pagkakataon, ang iba sa mga ito ay may saling-wika. Mangyaring subukan mo ang mga ito.

May iba't-ibang paraan para matuto, kaya't makipag-ugnayan sa iyong *daily life advisor* o *support manager* upang matulungan kang makakita ng kagamitan sa pag-aaral at pinakamabuting lugar at paraan para sa iyo pag-aaral.

<Mga kaalaman at katanungan tungkol sa pag-aaral ng Nihongo>

○ Ahensiya ng mga Gawaing Pangkultura: NEWS

   URL   http://www.nihongo-ews.jp/

また、日本語を母語としない人達に向け、身につけた日本語のレベルを確認するための試験もいくつか実施されています。

　中でも、「日本語能力試験」（JLPT）は海外と日本国内で行われており、最も受験者の多い日本語検定となっています。7月上旬と12月上旬の年2回（一部の受験地は12月の1回のみ）、日本国内では公益財団法人日本国際教育支援協会が、日本国外の地域では独立行政法人国際交流基金が現地の機関と共同で試験を実施します。最上級のN1から最下級のN5まで5段階のレベルが設定されており、原則として日本語を母語としない人であれば誰でも受験できる試験です。

　その他、BJTビジネス日本語能力テストやJ.TEST実用日本語検定などがあります。

　このような試験を活用し、自身の日本語レベルを確認しながら学習を進めると効果的です。

＜日本語能力試験JLPTの問合せ＞

○　公益財団法人日本国際教育支援協会ホームページ

　URL　　https://www.jlpt.jp/（日本語能力試験公式ホームページ）
　　　　　http://info.jees-jlpt.jp/（日本国内の受験者向けホームページ）

Mayroon ding mga pagsusulit upang suriin ang antas ng Nihongo ng mga hindi katutubo sa pagsasalita.

Ang Japanese Language Proficiency Test (JLPT) na ginaganap sa loob at labas ng Japan ang may pinakamadaming kalahok sa lahat ng pagsusulit tungkol sa Nihongo. Ginaganap ito dalawang beses kada taon, isa sa unang bahagi ng Hulyo at isa sa unang bahagi ng Disyembre (Disyembre lamang sa ilang lugar). Ito ay pinapangasiwaan ng Japan Educational Exchanges and Services sa loob ng Japan at ng Japan Foundation sa pagkikipagtulungan ng iba pang lokal na organisasyon sa ibang bansa. Mayroon itong limang antas, ang pinakatamaas ay N1 at ang pinakamababa ay N5, at ayon sa tuntunin, ang sinumang hindi katutubong nagsasalita ng Nihongo ay maaaring kumuha ng pagsusulit.

Mayroon ding ibang ahensiya tulad ng Business Japanese Proficiency Test (BJT) at ang Test of Practical Japanese (J.TEST).

Ang pagkuha ng pagsusulit upang suriin ang antas ng iyong Nihongo ay mabisang paraan upang mapabuti ang iyong pag-aaral.

<Mga katanungan tungkol sa Japanese Language Proficiency Test (JLPT)>

○ Website ng Japan Educational Exchanges and Services

URL https://www.jlpt.jp/ (Japanese Language Proficiency Test opisyal na website)

http://info.jees-jlpt.jp/ (Website para sa mga kumukuha ang pagsusulit sa Japan)

17. 自然災害や火事

　日本は、位置や地形、地質、気象などの自然条件から、台風、大雨、大雪、洪水、土砂災害、地震、津波、火山噴火などの自然災害が発生しやすい国です。面積は全世界のたった 0.28％しかありませんが、全世界で起こったマグニチュード 6 以上の地震の 20.5％が日本で起こり、また、全世界の活火山の 7.0％が日本にあります。

　諸外国と比べ自然災害の頻度が高い日本では、これらの災害への備え、また火事などの二次災害に対する予防が大切です。

（1）台風・大雨・大雪

　春から夏への季節の変わり目のことを日本では「梅雨（つゆ）」の時期と呼んでいます。この時期は梅雨前線が日本付近に停滞し、活動が活発となって多量の降雨をもたらします。

　また、夏から秋にかけて（6〜9月）、熱帯域からしばしば台風が北上してきます。特に 9 月に集中する傾向があります。毎年、複数の台風が国土に接近、上陸し、直接暴風雨をもたらしたり、前線の活動が活発となって大雨を降らせたりします。

　冬にはシベリア大陸から吹き出す乾燥した強い寒気が日本海側の地域に大量の雪を降らせ、しばしば豪雪による被害を出します。

　大雨は土砂災害や河川氾濫を引き起こし、これによる二次災害で被害をもたらすことも多々あります。台風をはじめ、気象に関する情報は、テレビや新聞、ラジオで詳しく報道されます。注意報や警報、避難を促す情報が出ることもありますので、必ず注意して見て下さい。

　特に、日本に台風が接近してきたときに、登山や釣り、海水浴に行くのは危険です。台風の接近時や、集中的な大雨・大雪になったときはできるだけ外出を控えるようにしてください。

17. Mga Kalamidad at Sunog

Ang mga natural na kondisyon sa Japan tulad ng lokasyon, heograpiya, heolohiya, at klima ay nagdudulot ng mga sakuna tulad ng bagyo, walang-tigil na ulan, malakas na niyebe, pagbaha, pagguho ng lupa, lindol, tsunami, at pagputok ng bulkan. Bagama't 0.28% lamang ng mundo ang Japan, 20.5% ng mga lindol na may lakas na 6 o higit pa ay nangyayari sa Japan, at 7% ng mga aktibong bulkan ay matatagpuan dito.

Kung ihahambing sa ibang bansa, madalas makaranas ang Japan ng natural na kalamidad, kaya't mahalagang maging handa sa mga ito at mga karagdagang kalamidad na dulot ng mga ito tulad ng sunog.

(1) Mga bagyo, walang-tigil na ulan, malakas na niyebe

Ang panahong nagtatakda ng pagbabago mula tagsibol at tag-init sa Japan ay tinatawag na *tsuyu* (tag-ulan). Sa panahong ito, ang pagbabago ng klima ay nagiging sanhi ng madalas na pag-ulan.

Gayundin naman, mula tag-init at taglagas (Hunyo hanggang Setyembre), maraming bagyo sa hilaga mula sa tropiko. Madalas ito sa Setyembre. Bawat taon, maraming bagyo ang dumarating sa gitnang Japan na nagdudulot ng pagguho ng lupa. Ang pagbabago ng klima ay nagiging sanhi ng madalas na pag-ulan.

Sa panahon ng taglamig, malakas at tuyong hangin ang umiihip mula sa Siberia, na nagiging sanhi ng malakas na pag-ulan ng niyebe kaya pangkaraniwan ang pinsala sa mga lugar na nakaharap sa Karagatan ng Japan.

Sa maraming pagkakataon, ang malakas na ulan ay nagbubunga ng pagguho ng lupa at pag-apaw ng tubig-ilog, na nagdudulot ng mga karagdagang sakuna. Matatagpuan ang mga detalye ukol sa kondisyon ng panahon gaya ng bagyo sa telebisyon, dyaryo, at radyo. Tumutok sa mga ito na nagbibigay ng mga payo, babala, at detalye ukol sa paglkas.

Lubhang mapanganib ang paglalakad sa bundok, pangingisda, o paglalangoy kapag may papalapit na bagyo sa Japan. Mangyaring manatili sa bahay kapag may parating na bagyo o niyebe.

<台風等が近づいてきたら>
① テレビやラジオで気象情報を確認してください。
② 雨や風が強くなってきたら、外出しないでください。
③ 雨戸があれば閉めてください。
④ ベランダに出してある物干しや鉢植えは、風で飛ばされないように、安全なところに寄せたり、室内に入れてください。
⑤ 近くの海や川、崖など危ない場所に近づかないでください。

（２）地震・津波

日本は海洋プレートと大陸プレートの境界に位置しており、その地形から国土の中心が活火山帯となっています。このような地形を持つ国では、非常に多くの地震が発生します。また火山の噴火による火山灰や土石流といった災害も起こります。火山活動が活発化する時期に重なるように地震の発生頻度が増えます。そして地震は日本の沿岸部に津波の被害をもたらすこともあります。

外国人が日本で初めて地震を体験すると驚きも大きいと思いますが、普段経験するものは、揺れの規模も小さく被害もほとんど出ません。ただ、地震は突然起こるものですし、何十年に１回といった割合で大きな被害を出すことがあります。常日頃の防災の心構えは必要です。

被害の大きかった地震で有名なものとしては、1923 年 9 月 1 日の関東大震災や 1995 年 1 月 17 日の阪神淡路大震災、2011 年 3 月 11 日の東日本大震災があります。特に、東日本大震災の地震の揺れは、日本における観測史上最大の規模となるマグニチュード 9.0 を記録し、最大震度は 7 で、高さが 40.1 m にも上る大津波が発生しました。東北地方と関東地方の太平洋沿岸部を中心に、死者 1 万 5,899 人、行方不明 2,528 人（2020 年 9 月 10 日現在）という壊滅的な被害を日本にもたらしました。

地方自治体などの行政機関では、地域住民に対し広域避難場所を指定したり、非常時の飲食料を確保したり、非常時に備えて注意を促しています。生活指導員や支援担当者に教わりながら、地域指定の広域避難所の位置など行政の防災情報を確認し、非常時に備えてください。

<Kapag may parating na bagyo>

① Tingnan ang mga ulat-panahon sa telebisyon at radyo.

② Manatili sa loob ng bahay kapag lumalakas ang ulan at hangin.

③ Isarado ang panangga sa bintana kung meron nito.

④ Ilagay ang mga sampayan at paso na nasa labas sa mas ligtas na lugar o sa loob ng bahay upang hindi tangayin ng hangin.

⑤ Lumayo sa mga mapanganib na lugar, tulad ng dagat, ilog, at bangin.

(2) Mga lindol at tsunami

Ang Japan ay nasa gilid ng pangdagat at pangkontinental na plate, at dahil sa heyograpiyang ito, ang gitna ng bansa ay lugar ng aktibong bulkan. Ang mga bansang may ganitong heyograpiya ay nakakaranas ng maraming lindol. Ang abo at labing mula sa pagsabog ng bulkan ay nagdudulot ng pinsala. Ang karagdagang dalas ng pagsabog ng bulkan ay sumasanib sa aktibidad ng bulkan. Ang mga lindol ay maaaring maging sanhi ng pinsala malapit sa dagat dahil sa tsunami.

Ang mga dayuhang nakakaranas ng lindol sa unang pagkakataon ay kadalasang nagugulat, ngunit marami sa mga lindol na ito ay maliit lamang at walang dulot na panganib. Subalit ang mga lindol ay bigla na lamang dumarating, at minsan sa mga sampung taon ay may isang malaking lindol na nagdudulot ng malaking pinsala. Dahil dito, dapat kang maging handa sa lahat ng oras para sa anumang sakuna.

Ang mga lindol na kilala sa pagiging sanhi ng malaking kalamidad ay ang Malalakas na Lindol sa Kanto noong 1923, sa Hanshin noon Enero 17, 1995, at sa Silangang Japan noong Marso 11, 2011. Ang huling lindol na ito ay nagtala ng magnityud na 9.0, ang pinakamalalang lindol na nagtala ng lakas na 7, at nagging sanhi ng 40.1 metrong taas na tsunami. Ito ay lubhang mapangwasak at pumatay ng 15,899 katao sa baybay-dagat pasipiko ng Tohoku at Kanto, at may 2,528 na taong nawawala pa hanggang ngayon (Setyembre 10, 2020).

Ang mga lokal na pamahalaan ay nagtatag ng mga lugar ng likasan, at nag-imbak ng pagkain at tubig na pang-emerhensiya. Humingi ng tulong sa iyong *daily life advisor* o *support manager* upang tiyak na makapaghanda at magkaroon ng detalye tungkol sa lugar ng likasan sa iyong lugar upang maging handa sa oras ng emerhensiya.

ⅰ 地震に対する備え

① 地震で倒れないように、家具などは壁に固定しておきます（生活指導員や支援担当者に相談してください）。

② 指定された広域避難場所を確認しておきます。

③ 自宅や職場から避難場所への安全な経路を確認しておきます。

④ 2～3日分の水・食料、薬、包帯、懐中電灯、ラジオ等を日頃から準備しておきます。

⑤ 地域の防災訓練などに参加し、基本的な防災の知識を身につけます。

ⅱ 地震や津波が発生したときの行動

① 地震発生時に家や建物の中にいる場合は、揺れによる落下物から身を守るため頑丈な机やテーブルの下に入って揺れが収まるのを待ちます。その後、窓やドアを開けて出口を確保します。

② 停電復旧後に火災発生の元になることがあるため電気ブレーカーを切ります。

③ 外出時に地震が発生したときは、付近の建物から壁や窓ガラスなどが落ちてくる可能性があるので、かばんなどで頭を守りながら安全な場所に避難します。

④ 地震で火災が発生すると被害が大きくなるので、揺れが収まったら台所やストーブなどの火を消してください。地震直後にはガス漏れ等の危険があるので、火を使わないようにします。

⑤ 山のそばや海・河川のそばの場合は、崖崩れや津波が発生する可能性がありますので、揺れが収まったら、市区町村が指定する避難場所など安全な場所に避難します。

⑥ 避難の際は裸足で外に飛び出さないで下さい。また、頭を守りながら避難します。

⑦ 火事などにより煙が出たら、ぬれタオルを鼻に当て、低い姿勢で逃げてください。

⑧ 最初の揺れが収まっても余震が続くことがあるので、すぐ家の中に入らないでください。

⑨ 声かけなど、近所や職場の人達と協力して助け合いながら避難してください。

⑩ 大きな地震が発生したときは、様々な情報が流れます。ラジオやテレビ、携帯端末、行政の防災無線等で最新の正確な情報を入手し、落ち着いて行動するようにしてください。

i Paghahanda para sa lindol

① Tiyaking matibay na nakasandal sa dingding ang mga kasangkapan sa bahay upang hindi ito matumba habang lumilindol (makipag-ugnayan sa iyong *daily life advisor* o *support manager*).

② Alamin ang lokasyon ng malapit na lugar ng likasan.

③ Suriin ang paligid ng iyong tirahan at lugar ng trabaho para sa ligtas na daan patungong lugar ng likasan.

④ Tiyaking mayroon kang mahalagang gamit tulad ng tubig para sa dalawa hanggang tatlong araw, pagkain, gamot, bendahe, lente, radyo, atbp.

⑤ Makilahok sa mga lokal na pagsasanay para sa emerhensiya at pag-aralan kung paano dapat maging handa.

ii Mga dapat gawin sa oras ng lindol o tsunami

① Kung nasa bahay ka kapag lumindol, sanggalan ang sarili sa naglalaglagang bagay sa pamamagitan ng pagtatago sa ilalim ng mesa hanggang huminto ang pagyanig. Pagkatapos, buksan ang mga pinto at bintana upang matiyak na makakalabas ka ng gusali.

② Patayin ang *circuit breaker*, dahil maaari itong maging sanhi ng sunog kapag biglang nagkakakuryente.

③ Kung wala ka sa bahay kapag lumindol, maaaring mahulog ang mga bagay sa gusali, gumuho ang mga dingding, at mahulog ang mga basag na bintana mula sa itaas, kaya't sanggalan ang iyong ulo ng bag, atbp. at pumunta sa ligtas na lugar.

④ Ang mga pinsalang dulot ng lindol ay maaaring lumala dahil sa sunog, kaya't huwag kalimutang patayin ang apoy sa kusina o heater pagkatapos na pagkatapos ng pagyanig. Maaaring tumagas ang gas pagkatapos ng lindol, kaya't huwag gumamit ng kahit anong lingas.

⑤ Kung malapit ka sa kabundukan, dagat, o ilog, maaari kang manganib sa pagguho ng lupa o tsunami, kaya't magkatapos na pagkatapos ng pagyanig ay tumungo sa lokal na lugar ng likasan o iba pang ligtas na lugar.

⑥ Huwag tumakbo sa labas nang nakayapak kung lilikas. Ingatan din ang ulo habang lumilikas.

⑦ Kung may makita kang apoy, maglagay ng basang tuwalya sa iyong ilong at manatiling malapit sa lupa habang tumatalilis.

⑧ Tandaang maaaring magkaroon ng *aftershock* pagkatapos ng unang lindol, kaya't huwag munang pumasok agad sa loob.

⑨ Makipag-ugnayan sa mga kapitbahay at katrabaho, at makipagtulungan sa paglikas.

⑩ Iba't ibang impormasyon ang malalaman mo matapos ang malakas na lindol. Kumpirmahin na pinakabagong detalye ang alam mo sa pamamagitan ng radyo, telebisyon, telepono, o balita mula sa pamahalaan, at kumilos nang payapa.

（3）火事

　日本は、主に冬の時期に空気が非常に乾燥する日が続くことがあります。このようなときに火事が起こりやすくなります。また大きな地震の時に火災が発生することが多く、この二次災害によって被害が大きくなることがあります。

　設置の義務はありませんが、家や財産を守るために火事に備えて自宅に消火器を置いている家もあります。職場や施設は建物の大きさにより消火器の設置が義務付けられています。

　火事を起こしてしまったり、火事を見つけたときは、火災の範囲が狭いうちに、消火器などを使いできるだけ消火活動をしてください。火の勢いが止まらないときは近所の人に知らせ、消防に連絡します（18（3）参照）。

　消火器を使用する場合の留意点として、消火器は消火範囲に限りがあり、また中の液体は化学薬品であるため、消火できるものとできないものがあります。これらについては取扱い説明書で確認するようにして下さい。一般的な消火器の使い方は次のとおりです。火に近寄りすぎて使用すると危険です。宿舎や職場に消火器があるかどうか、また使い方については生活指導員や支援担当者に確認しておきましょう。

　火事を起こさないために、日頃からタバコの火や油を使った料理の火の始末などに注意するようにしてください。

(3) Mga sunog

Sa Japan, ang hangin ay maaaring tuyong tuyo nang ilang araw sa taglamig. Palasak ang sunog sa mga panahong ito. Maaaring may magsimulang sunog matapos ang malakas na lindol, na mabilis na kumakalat at nagbubunga ng karagdagang sakuna.

Bagama't hindi ka obligadong magkaroon ng *fire extinguisher*, may mga bahay na mayroon nito upang matiyak ang kanilang kaligtasan sa sunog. Ang mga opisina ay dapat may mga *fire extinguisher* depende sa laki ng gusali.

Kung makapagsimula ka o may makita kang sunog, gumamit ng *fire extinguisher*, atbp. upang masugpo ito habang maliit pa. Kung hindi mo na kayang patayin ang apoy, ipaalam ito sa mga kapitbahay at tumawag ng bumbero (tingnan ang seksiyon 18(3)).

Tandaan ang mga sumusunod kapag gumagamit ng *fire extinguisher*. Ang mga *fire extinguisher* ay limitado sa kakayanang makasugpo ng sunog. Dahil ang likido sa loob ay kemikal, hindi nito masusugpo ang lahat ng klaseng sunog. Tingnan sa manwal kung anong klaseng sunog ang maaaring masugpo nito. Karamihan sa mga *fire extinguisher* ay ginagamit sa ganitong paraan. Mapanganib kung gagamitin ito nang masyadong malapit sa sunog. Makipag-ugnayan sa iyong *daily life advisor* o *support manager* upang malaman mo kung ang *fire extinguisher* sa iyong trabaho at kung paano ito gamitin.

Tiyaking lubusang patayin ang apoy na ginamit sa paninigarilyo at paglulutong may mantika upang hindi maging sanhi ng sunog ang mga ito.

一般的な消火器の使い方

① 安全栓を抜く   ② ホースを火元に向ける   ③ レバーを強く握る
（あるいはボタンを押す）

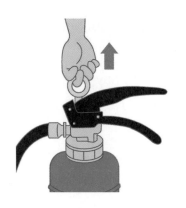  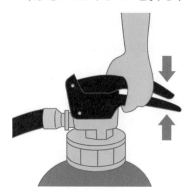

（４）災害時の避難

　災害が発生したときや、次のようなときには緊急避難が必要となります。テレビ・ラジオなどを通じて行政などから出される情報に留意しながら判断してください。

　なお、避難先として移動する場所には、（緊急）避難場所と避難所の２種類があります。避難場所は大津波や大規模火災などから命を守るために逃げ込む場所です。命が助かった後、しばらく生活をするために身を寄せるところが避難所となります。

　災害時には電話などが通じにくくなり、連絡が取れない状態になります。災害用伝言ダイヤル（電話・171）や災害用伝言板（web171）が整備されていますので、職場の人や友人など互いの安否確認が必要なときに活用してください。

＜避難が必要なとき＞

ⅰ　地震

① 役所等から避難指示・避難勧告が出された場合

② 家屋が倒壊した時または倒壊する危険性のあるとき

③ 火災が発生したときや隣家から延焼する危険性のあるとき

④ 津波の危険性のある地域や海岸等で、津波注意報・津波警報が発表されたとき。

Pangkaraniwang paraan ng paggamit ng *fire extinguisher*

① Hilahin ang pin

② Itapat ang nozzle sa puno ng apoy

③ Pisiling mabuti ang tangkay (o pindutin ang pindutan)

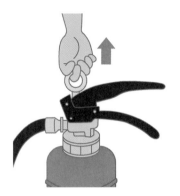  

(4) Paglikas sa oras ng sakuna

Ang emerhensiyang paglikas na ipinaliwanag sa ibaba ay maaaring kailanganin sa oras ng sakuna. Magdesisyon ayon sa impormasyong mula sa pamahalaan na malalaman sa telebisyon o radyo.

May dalawang uri ng lugar ng paglikas, para sa emerhensiya at para sa tirahan. Ang mga lugar na ito ay kung saan ikaw ay ligtas habang may emerhensiya tulad ng tsunami o malaking sunog. Kapag ligtas ka na, maaari kang pansamantalang tumigil muna sa lugar.

Posibleng maging mahirap makatawag sa telepono sa oras ng sakuna, kaya't maaaring wala kang makausap. Subalit maaari kang tumawag sa *disaster emergency message number* (dial 171) o *disaster emergency message board* (web171) kung kailangan mong ipaalam sa iyong mga katrabaho at kaibigan na ligtas ka at para alamin kung ligtas sila.

\<Kailan kailangang lumikas\>

i Mga lindol

① Kapag ang munisipyo ay nag-utos o nagpayo ng paglikas

② Kung ang tirahan mo ay gumuho o maaaring gumuho

③ Kung may sunog o posibleng sunog na kumalat mula sa mga kapitbahay

④ Kung may babala ng tsunami o ng anumang panganib dulot nito malapit sa dagat ii　台風・大雨・洪水

①　役所等から避難指示・避難勧告が出された場合

②　洪水の危険性のある地域に住んでいて、その地域に大雨が降ったとき

iii　高潮

①　役所等から避難指示・避難勧告が出された場合

②　高潮の危険性のある地域に住んでいて、気象庁による高潮警報が発表されたとき

iv　土砂災害

①　役所等から避難指示・避難勧告が出された場合

②　土砂災害の危険性のある地域に住んでいて、大雨が降ったときや普段と変わった現象を見つけたとき

v　火災

①　役所等から避難指示・避難勧告が出された場合

②　火災の規模が大きく、消火器での消火ができない場合

　また、災害時に慌てず、すみやかに避難を行うためには、あらかじめ次のような事項を確認しておくことが大切です。

＜事前に確認する事項＞

①　住んでいる地域の災害危険性の有無（津波、洪水、高潮、土砂災害等が発生するかどうか）

②　災害が発生した時の対応方法（職場や宿舎などでの取り決め）

③　地域の避難場所や避難経路

④　正確な情報の入手先（気象庁や役所等）および入手方法（テレビ、ラジオ等）

ii   Mga bagyo, malakas at walang-tigil na ulan, at baha

① Kapag naglabas ang munisipyo ng utos na lumikas

② Kung nakatira ka sa lugar na maaaring bahain at may malakas at walang-tigil na ulan

iii   Daluyong ng bagyo

① Kapag nag-utos ang munisipyo na lumikas

② Kung nakatira ka sa lugar na maaaring magkaroon ng daluyong dahil sa bagyo, at nag-utos ang *Meteorological Agency* ng babala

iv   Pagguho ng lupa

① Kapag nag-utos ang munisipyo ng paglikas

② Kung nakatira ka sa lugar na maaagring magkaroon ng pagguho ng lupa, at may malakas at walang-tigil na ulan o anumang di pangkaraniwang pangyayari

v   Mga sunog

① Kapag nag-utos ang munisipyo ng paglikas

② Kung may kumakalat na apoy na hindi masugpo ng *fire extinguisher*

Kung may sakuna, huwag mataranta. Upang makalikas nang mabilis, mahalagang tandaan ang mga sumusunod.

\<Mga bagay na dapat alamin agad\>

① Ang peligro ng sakuna sa lugar kung saan ka nakatira (tsunami, baha, daluyong ng bagyo, pagguho ng lupa, atbp.)

② Ano ang gagawin kapag may sakuna (pakikipag-ayos sa tirahan at lugar ng trabaho)

③ Lokal na lugar ng likasan at daan patungo dito

④ Saan makakakuha ng tamang impormasyon (*Meteorological Agency* o lokal na pamahalaan)

18. 警察と消防（緊急時の通報先）

　日本では、事故や犯罪に巻き込まれたときには警察に通報します。また、火事や急病人・けが人が出た場合は消防に連絡を取ります。警察や消防へ連絡するときには、基本的には日本語で話さなければならないことに留意してください。

（1）警察と交番制度

　盗難事件などの犯罪や交通事故などに遭遇したときは、所属する企業や団体の生活指導員や支援担当者など頼るべき人達に連絡するとともに、警察にも通報してその捜査に協力しなければなりません。緊急時の警察への連絡は、近くの電話や携帯電話等で「110」番を押します（公衆電話からは無料でかけられます）。また、近くの交番に出向いて伝えることもできます。

　日本の警察組織は、交番制度という独特な仕組みを採用しています。各地域に「交番」または「駐在所」と呼ばれる出先機関が設けられており、ここに警察官が常駐しています。地域ごとの治安維持のためパトロールを繰り返して地域の状況を把握するなど、地域住民の安全確保に大きな役割を果たしています。

　また、日本の警察は、事件や事故の処理だけでなく、地域の道案内や迷子の捜索、拾い物の届け出を受け付けるなど、様々な役割を果たし、地域住民から頼られ親しまれています。

　事件が起きたときは、すぐに現場に近隣の交番から警察官がかけつけますし、瞬時に警戒網を敷くことができるなど、日本の交番制度は諸外国から高い評価を受けています。

18. Pulisya at Bumbero (Sino ang dapat Tawagan kung may Emerhensiya)

Kung masangkot ka sa aksidente o krimen sa Japan, tawagan ang pulisya. Kung may makita kang sunog, biglang magkasakit, o may makitang nasaktan, tawagan ang bumbero. Kapag tumatawag ng pulisya o bumbero, tandaang kailangang mong magsalita ng Nihongo.

(1) Ang pulisya at koban

Kung masangkot ka sa nakawan o anumang aksidente sa trapiko, o anumang krimen, hindi lamang ang iyong *daily life advisor* o *support manager* sa iyong kumpanya, kundi pati na rin ang pulisya at dapat tawagan upang makipag-ugnayan tungkol sa imbestigasyon. Upang matawagan ang pulisya sa oras ng emerhensiya, pindutin ang 110 sa iyong telepono o malapit na telepono (libre kung mula sa pampublikong telepono). Maaari ka ding tumungo sa pinakamalapit na koban upang makipag-usap sa mga pulis.

Ang koban (*police box*) ay *network* ng maliliit ng istasyon ng pulis, na namumukod-tangi sa Japan. May mga koban o chuzaisho, kung saan may mga pulis para sa pamayanan. Ang sistemang ito ay nag-uugnayan upang mapanatili ang kapayapaan sa bawat pamayanan, at magronda upang matiyak ang kaligtasan ng mga lokal na residente.

Sa Japan, ang tungkulin ng mga pulis ay hindi lamang upang ayusin ang mga insidente at aksidente; nagbibigay din sila ng direksiyon, naghahanap ng nawawalang bata, nangangasiwa ng mga nawawala at nakikitang mga bagay, atbp. kaya't sila ay mga pampublikong opisyal na maaasahan ng lokal na residente.

Kapag may insidente, agad-agad na dumarating ang mga pulis na naka-istasyon sa malapit na koban. Ang sistema ng koban ay naglalayong mapabilis ang serbisyong kailangan ng pamayanan. Sa katunuyan, ang sistemang ito ay hinahangaan sa buong mundo.

＜通報のことばの一例＞

・ことば

① 事故です（交通事故など）／事件です（盗難など）jiko desu/jiken desu

② 助けて　　　　　tasukete

③ 私の名前は……です watashi no namae wa　　……　desu

④ 場所は……です　　　　basho wa　……　desu

⑤ 電話番号は……です　denwa bangou wa　……　desu

・伝えるべき情報

① 事故や事件の種類（交通事故、盗難にあったなど）

② 遭遇した日時（いつ）

③ 自分の名前

④ 起こった内容

⑤ 起こった場所

⑥ 自分の連絡先

⑦ その他、必要と思う情報

（2）外国人が巻き込まれやすい犯罪

　近年、留学生や技能実習生がネット犯罪等の犯罪に巻き込まれる事例が増えています。

　特に犯罪組織による偽造等を目的としたパスポートや在留カードの盗難、また銀行口座や携帯電話等の貸与、譲渡、売買により、これらが詐欺犯罪などに不正利用されるケースが多く見受けられます。

　インターネットの求人広告や知人から勧誘される等、軽い気持ちからアルバイト感覚で行うことが少なくないようですが、知らずに犯罪行為に加担したとしても場合によっては警察に逮捕、検挙されることになります。

　犯罪に巻き込まれないよう、パスポートや在留カードの管理には十分注意を払うようにしてください。

　また、犯罪への加担に繋がりますので、携帯電話やスマートフォン、銀行口座については、帰国時に必ず解約手続きを行い、決して他人への貸与や譲渡、売買などをしないでください。

<Mga halimbawa ng kailangang kataga sa pag-uulat>

· Salita/kataga

① *Jiko desu* (aksidente: trapiko, atbp) /*jiken desu* (insidente: pagnanakaw, atbp.)

② *Tasukete* (tulungan mo ako)

③ *Watashi no namae wa... desu* (Ang pangalan ko ay…)

④ *Basho wa... desu* (Ako ay nasa…)

⑤ *Denwa bangou wa... desu* (Ang telepono bilang ay...)

· Mag impormasyong kailangang banggitin

① Uri ng aksidente o insidente (trapiko, pagnanakaw, atbp.)

② Kung kailan ito nangyari (petsa at oras)

③ Pangalan mo

④ Detalye ng pangyayari

⑤ Saan ito nangyari

⑥ Impormasyon kung saan ka pwede tawagan

⑦ Iba pang impormasyon na sa tingin mo ay kailangan

(2) Mga krimeng madaling kasangkutan ng mga banyaga

Nitong mga nakaraang taon, tumaas ang bilang ng mga krimen sa internet na kinasasangkutan ng mga banyagang estudiyante at *technical intern trainees* sa Japan.

Maraming kaso ang natuklasan kung saan ang mga kasapi ay nagnanakaw ng pasaporte at *Residence Card* upang gumawa ng pekeng kopya, at mga dayuhang nagpapahiram o nagbebenta ng bank akawnt o telepono upang gamitin ito sa anumang pekeng paraan, tulad ng pangloloko.

May mga taong nasasangkot sa pansamantalang trabaho na sumasagot sa anunsiyo sa internet o anyaya mula sa mga kakilala. Subalit, ang masangkot sa kriminal na gawaing ito kahit hindi mo alam ay maaaring maging sanhi ng pagdakip ng mga pulis.

Pag-ingatang mabuti ang iyong pasaporte at *Residence Card* at tiyaking hindi ito masangkot sa anumang krimen.

Gayundin, tiyaking kanselahin ang iyong telepono at akawnt sa bangko bago umalis ng bansa. Huwag kailanman magpahiram, maglipat ng pagmamay-ari, o magbenta ng mga ito sa sinuman, dahil ito ay maaaring maging sanhi ng krimen.

「犯罪だとは知らなかった」という考えは通用しません。話がおかしいと思ったり、自分では断れないような誘いを受けた時は、まず生活指導員や支援担当者に相談し、最寄りの警察にも相談するようにしてください。また、友人からこのような誘いがあったときは、誘いに乗らずにその友人にもやめるよう伝えてください。

（3）消防と救急

　火事が発生したときや急病人が出て緊急に病院への搬送が必要となったときは、電話で「119」番を押し、消防署へ連絡します（公衆電話からは無料でかけられます）。

　日本の消防署は、消防車と救急車の出動を担っています。火事の連絡があれば消防車を現場に向かわせ、消防隊が消火活動を行います。また、救助を必要とするとき、急病者やケガ人を病院に運ぶときには救急車や救助隊を出動させます。自力で病院に行けないような状態となったときは救急車を呼んでください。

　なお、交通事故が起こり、ケガ人が出た場合には、警察（110番）と消防（119番）の両方に連絡をすることになります。

＜連絡のことばの一例＞
①　火事です　　　　　　　　　kaji desu
②　救急車をお願いします　　　　kyuu-kyuu-sha wo onegai shimasu
③　場所は……です　　　　basho wa　……　desu
④　私の名前は……です　watashi no namae wa　……　desu

Mananagot ka pa rin kahit hindi mo alam na ang isang bagay ay krimen. Kung may kung anong kahina-hinala sa iyo, o kung hindi mo tiyak ang dapat gawin kung may magtanong, makipag-usap sa iyong *daily life advisor* o *support manager*, at pagkatapos ay magtungo sa pinakamalapit na istasyon ng pulis. Kung isang kaibigan ang magpagawa sa iyo ng anumang kahina-hinala, tanggihan ito at sabihan silang huminto sa kanilang ginagawa.

(3) Mga emerhensiya sa pagsugpo ng sunog

Kung magkaroon ng sunog o kung may nasugatan na kailangang isugod sa ospital, pindutin ang 119 upang makatawag sa bumbero (libre sa mga pampublikong telepono).

Ang bumbero sa Japan ay namamahala ng mga trak ng bumbero at ambulansiya. Kung may sunog, tumawag sa bumbero at kaagad silang darating sa lugar ng sunog upang supilin ito. Magpapadala din sila ng grupo upang sagipin ang sinumang nangangailangan, at ng ambulansiya kung sakaling may biglang masugatan o mangailangang dalhin sa ospital. Tumawag ng ambulansiya kung hindi mo kayang magpunta sa ospital nang mag-isa.

Kung may mangyaring aksidente sa daan o mayroong masugatan, tumawag sa 110 (pulisya) at 119 (bumbero).

<Mga halimbawa ng katagang kailangan sa pagtawag sa bumbero>

① *Kaji desu*   (May sunog)
② *Kyuu-kyuu-sha wo onegai shimasu*   (Magpadala po kayo ng ambulansiya)
③ *Basho wa... desu*   (Ako ay nasa...)
④ *Watashi no namae wa... desu*   (Ang pangalan ko ay...)

158

19.　病気やケガをしたとき

　日本は、四季による気温の寒暖差がかなり大きい国です。気温や湿気、乾燥などの気候風土の影響で体調を崩しやすい時期があります。ですから、例えば掃除・洗濯などの生活衛生や着用する衣類に気を払うことが大切です。

　また、睡眠や休息、栄養バランスが取れた食事をきちんと取るなど仕事と私生活の双方の生活のリズムを大切にしながら、寝不足やストレスによる疲労を蓄積しないよう体調管理を行っていくことが重要です。

　万が一、体調を崩して病気にかかったり、ケガをした時は、無理をせずに病院などの医療機関で適切な診療を受けるようにしましょう。なお、巻末資料に「病院で使う言葉」をまとめていますので、受診の際に活用してください。

（1）医療機関の利用

　日本では医療制度が発達しています。診療科目は専門により細かく分かれており、基本的に病気やケガの種類や内容によって行くべき病院やかかるべき医師が異なります。複数の診療科目に対応できる病院や医師もいますが、一部の外国でみられるような、どんな病気でも診察・治療する一般医師はいません。

　医師にかかるときは、以下のような専門の診療科目から症状や部位に応じて受診します。どの診療科目でかかるべきか分からないときは、生活指導員や支援担当者に相談し、できれば一緒に行ってもらうようにしてください。

＜診療科目の例＞
内科、呼吸器科、循環器科、精神科、外科、脳神経外科、整形外科、産婦人科、小児科、眼科、皮膚科、泌尿器科、耳鼻咽喉科、放射線科、麻酔科、歯科　等

19. Kung Ikaw ay Maysakit o Nasugatan

Sa Japan, ang temperatura ay marahas na nagbabago sa apat na panahon. Ang klima, kasama ang temperatura, halumigmig, at pagkatuyo ng hangin ay madaling nakakapagdulot ng sakit sa bagong panahon. Dahil dito, mahalagang bigyang-pansin ang pang-araw araw na kalinisan sa pananamit, tirahan, at labahin.

Mahalangang mapanatili ang balanse ng trabaho at personal na buhay upang hindi ka mapagal. Kailangang pangalagaan ang iyong kalusugan, at tiyaking nakakatulog ka nang maayos, nakakapagpahinga, at nakakakain ng balanse at masustansiyang pagkain.

Kung sumama ang iyong pakiramdam, magkasakit, o masugatan, huwag isawalang-bahala ang iyong kalusugan at pumunta sa ospital o anumang pagamutan. Sa huling bahagi ng manwal na ito, makikita mo ang seksyong "Mga kapaki-pakinabang na pahayag sa ospital". Sumangguni dito kapag kailangan ng doktor.

(1) Pagpunta sa pagamutan

Ang sistemang medikal sa Japan ay lubos na nangunguna. Ang larangan ng medisina ay nahahati sa maraming pangkat, kaya't ang uri ng ospital na iyong pupuntahan o doktor na kailangan ay kadalasang naiiba depende sa uri ng sakit o pinsala. Bagama't maraming ospital at doktor ang maaaring magbigay ng maraming uri ng serbisyo, walang pangkalahatang dalubhasa na makakagamot sa iyo tulad sa ibang bansa.

Kapag pupunta sa doktor, isang espesiyalista mula sa isa sa mga sumusunod na pangkat ang magsasagawa ng eksaminasyon depende sa iyong mga sintomas sa bahagi ng katawang kailangang siyasatin. Kung hindi mo alam ang nararapat na espesyalista, makipag-ugnayan sa iyong *daily life advisor* o *support manager* at magpasama sa doktor kung maaari.

<Mga halimbawa ng kagawaran ng klinika>
Kagawaran ng Panloob na Gamot, Kagawaran ng Paghinga, Kagawaran ng Pag-agos ng Dugo, Kagawaran ng Saykayatriya, Kagawaran ng Pag-oopera, Kagawaran ng Pag-oopera ng Utak, Kagawaran ng Ortopidik, Kagawaran ng Pagpapaanak at Ginekolohiya, Kagawaran ng Pedyatriya, Kagawaran ng Optalmolohiya, Kagawaran ng Dermatolohiya, Kagawaran ng Urolohiya, Kagawaran ng Otolaryngolohiya, Kagawaran ng Radiyolohiya, Kagawaran ng Anestesiyolohiya, Kagawaran ng Dental, atbp.

特にかかりつけの病院・診療所として利用できるように、内科（風邪を引いたとき）や整形外科（手足の骨折などケガをしたとき）の受診ができる身近な病院を確認しておくことが大切です。なお、特定機能病院などの大病院では、紹介状なしで初診を受ける場合に、診察料とは別の特別の料金がかかりますので留意してください。大病院は基本的に、中小病院・診療所からの紹介に応じて、重い病気や深刻なけがのためにより高度かつ専門的な医療サービスを必要とする患者を受け入れる病院となります。

　また、JITCOのホームページでは、日本語と外国語の対訳型の資料で、病院等の医療機関にかかるときに便利な「医療機関への自己申告表・補助問診票」を掲載しています（技能実習生の皆さんについては、技能実習生手帳（2018年10月発行版以降のもの）に掲載があります）。皆さんの症状の説明などをするときに使って下さい。また、JITCOのホームページでは健康管理のセルフチェックに使える資料も掲載していますので、是非、活用してみてください。

＜JITCOの無料ガイドブック・パンフレット＞

| URL | https://www.jitco.or.jp/ja/service/guidebook/ |

（2）医療費に係る保険制度

　日本の企業や団体が技能実習生や特定技能外国人を採用するときは、病気やケガに備えて保険措置を講じなくてはなりません。基本的には健康保険など公的医療保険への加入義務があります（23（1）参照）。公的医療保険に加入しないと、かかった医療費は本人が全額を負担することになりますが、加入している場合は原則3割負担となります。また仕事中の事故については労災保険が適用されます（23（2）参照）。

　また、ケースによって治療費を一旦は支払うものの、後で自己負担分の補填をしてもらえるといった民間の医療保険があります。このような保険に加入することで医療費の負担を軽くできる場合があります。JITCOの「外国人技能実習生総合保険」や「特定技能外国人総合保険」は民間保険のひとつで広く利用されています。加入は義務ではありませんが、加入しておくと安心です。

Mahalagang suriin ang mga ospital at klinikang malapit na maaari mong kailanganin gaya ng pangloob na gamot (sipon o ubo) o operasyon sa buto (kapag nabalian ka, halimbawa ng braso o binti). Tandaang kung pupunta ka sa malaki at nangungunang ospital nang walang liham ng pagrerekomenda, kailangan mong magdagdag ng bayad. Ang mga malakihang ospital ay nagbibigay ng nangungunang lunas at natatanging serbisyo sa mga pasyenteng may malalang sakit o pinsala kung may rekomendasyon mula sa maliit o katamtamang laking ospital at klinika.

Ang website ng JITCO ay nagbibigay ng impormasyon sa wikang Nihongo at may saling-salita sa ibang wika sa Pormularyo sa Sariling Pag-uulat para sa mga Medikal na Institusyon at Mga Karagdagang Tanong Tungkol sa iyong Pisikal na Kundisyon (kasama sa bersiyon Oktubre 2018 at mga sumunod pang bersiyon ng *Technical Intern Trainee Handbook*). And dokumentong ito ay nagbibigay ng makabuluhang impormasyon tungkol sa pagpunta sa mga institusyong medikal. Tiyakin ang pagsangguni dito kapag nagpapaliwanag ng iyong sintomas. Sumangguni din sa website ng JITCO para sa mga dokumentong makakatulong sa iyong pagsisiyasat ng iyong kalusugan.

<Libreng mga gabay na libro at polyeto ng JITCO>

URL https://www.jitco.or.jp/ja/service/guidebook/

(2) Seguro para sa gastos-pangmedikal

Kapag ang mga Hapong kumpanya at organisasyon ay nagpapatrabaho sa *technical intern trainees* at *specified skilled workers*, kailangan nilang magbigay ng seguro na sasakop sa sakuna at sakit. Kadalasan, ang mga manggagawa ay dapat kasapi sa pambansang segurong pangkalusugan o kung anumang segurong pang-medikal (tingnan ang 23 (1)). Kung wala kang seguro, ikaw ang dapat magbayad ng lahat ng gastos mo sa medikal, ngunit kung meron kang seguro, kadalasan ay 30% lamang ang dapat mong bayaran. Ang seguro para sa bayad sa manggagawa ay pwedeng gamitin kung masaktan ka habang nagtatrabaho (tingnan ang 23 (2)).

Kung mayroon kang pribadong seguro na pang-medikal, dapat mo munang bayaran ang buong presyo ng gastos na maibabalik sa iyo sa ibang araw. Ang magkaroon ng ganitong klaseng seguro ay makakabawas ng gastos-medikal. Ang *Comprehensive Insurance for Technical Intern Trainees* and *Comprehensive Insurance for Specified Skilled Workers* ay ginagamit ng marami bilang pribadong seguro. Bagama't hindi ka kailangang kumuha nito, ang pagkakaroon nito ay maaaring magbigay sa iyo ng kapayapaan ng isip.

（3）薬と薬局

　日本の薬は大きく２つに分類されます。

　一つは医療用医薬品と呼ばれるもので、医師の処方せんを必要とするものです。患者の症状や体質に合わせて医師が処方し、病院内、または処方せんが扱える専門の薬局で出してもらいます。効果が強い反面、副作用の危険も伴うものです。

　もう一つは一般用医薬品というもので、通常「市販薬」などと呼ばれます。医師の処方せんは特に必要としません。誰でも薬局やドラッグストアと呼ばれる量販店などで購入することができます。一般用医薬品は第一類から第三類までの３種類に分けられています。第一類の表示がある薬は、お店にいる薬剤師の説明を受けないと購入できませんので留意してください。

（4）感染症への対応

　2020年には新型コロナウイルス（COVID-19）感染症が世界規模で拡大し、日本でも多くの感染者が出ました。この結果、世界中で社会的、経済的に極めて大きな影響が発生しました。

　日本に入国する時の対応に関しては、各国の大使館や法務省・出入国在留管理庁、厚生労働省等のホームページで最新の情報を確認してください。

　万が一、発熱や咳、味覚・嗅覚の異常など、新型コロナウイルスへの感染が疑われる症状が出たときには、慎重な対応が必要です。自分で判断をしないで、必ず、生活指導員や支援担当者に相談してください。

　一般的な感染症対策としては、訪問先や外出から戻ったときなどの手指消毒や手洗い、こまめなうがいなどが有効とされています。また、風邪やインフルエンザが流行する時期（秋から冬）に限らず、新型コロナウイルスへの感染拡大を予防するためにも、マスクを着用してソーシャルディスタンスを確保し、集団感染防止のためにも"３密（密閉・密集・密接）"を避けましょう。このような感染予防の習慣を身につけることにより、健やかな毎日を過ごせるよう心掛けることが大切です。

(3) Mga gamot at botika

Ang mga gamot na Hapon ay nahahati sa dalawang malalaking uri.

Ang una ay tinatawag na *iryoyo yakuhin* (mga etikal na gamot) at nangangailangan ng reseta ng doktor. Ang mga ito ay nireçeta depende sa sintomas at pangangatawan ng pasyente at makukuha sa ospital o botika. Bagama't matapang ang mga gamot na ito, maaaring mayroon silang mga mapanganib na epekto.

Ang pangalawang uri ay tinatawag na *ippanyo yakuhin* (mga gamot na hindi kailangan ng reseta), na kilala din bilang *shihanyaku* (mga gamot na *over-the-counter*). Ang mga ito ay hindi kailangan ng reseta mula sa doktor. Maaaring mabili ang mga ito ng kahit sino sa botika. Ang mga gamot na hindi kailangan ng reseta ay nahahati sa tatlong uri, mula kategorya 1 hanggang kategorya 3. Tandaang ang mga gamot sa kategorya 1 ay hindi maaaring bilhin nang walang konsultasyon sa parmasyutikong kasalukuyang nasa tungkulin sa botika.

(4) Pagharap sa mga nakakahawang sakit

Sa taong 2020, kumalat sa buong mundo and pandemyang novel coronavirus (COVID-19), at maraming tao sa Japan ang nahawahan nito. Ang pandemya ay nakaapekto nang lubusan sa lipunan at ekonomiya ng buong mundo.

Para mga bagong kaalaman tungkol sa pagpasok sa Japan, kumunsulta sa website ng iyong embahada sa Japan, at sa Kagawaran ng Hustisya ng Hapon, at sa Kagawaran ng Kalusugan, Paggawa at Kapakanan.

Kung magkaroon ka ng lagnat, ubo, kawalan ng panlasa o pang-amoy, o anumang sintomas ng COVID-19, kailangan mong lubos na mag-ingat. Huwag subukang gupiin ang sitwasyon nang mag-isa. Tiyaking kumunsulta sa *daily life supervisor* o *support manager*.

Kasama sa pangkalahatang hakbang upang maiwasan ang pagkalat ng sakit ay ang madalas na paghuhugas ng kamay, paggamit ng *sanitizer*, at agad na pagmumumog pagkauwi sa bahay galing sa pagbisita sa ibang tao o lugar-pampubliko. Upang maiwasan ang pagkalat ng COVID-19, dapat kang magsuot ng mask, manatili ng pagitan mula sa kapwa-tao, at umiwas sa 3 Cs (*Crowded* o mataong lugar, *Close-contact settings* o sitwasyong may malapitang pakikitungo sa iba, at *Confined* o saradong lugar) sa lahat ng oras, hindi lamang kung kailan uso ang sipon at trangkaso gaya ng taglagas at taglamig. Mahalagang mapanatili ang kalusugan sa pamamagitan ng pagsasabuhay ng mga gawing ito upang maiwasan ang pagkahawa.

（5）体調管理

　日本の気候を考慮した体調の管理が重要です。

　夏場、暑さに体が対応できないと、疲れて食欲がなくなります。「夏バテ」という状態です。夏バテの解消にはタンパク質やビタミンB群、ミネラルの摂取が効果的です。食事では肉類や豆類、牛乳、大豆製品、旬（しゅん）の野菜などを多めに取ることを意識しましょう。また、水分をしっかりとることは大切ですが、甘い清涼飲料水をとり過ぎないことも重要です。

　食中毒は夏だけではなく冬にも多く発生します。特に流行しやすいのはノロウイルスです。ノロウイルスは人にうつる力が強く、感染した人が吐いたものや排泄したものに触れた人も感染します。感染を予防するためには、アルコールやエタノールを使うだけではなく、石鹸を使ってしっかり手を洗ってください。また、魚介類を食べることで感染することもあるので、魚や貝を調理するときは十分に加熱するなど注意が必要です。

(5) Pagpapanatili ng iyong kalusugan

Mahalagang mapanatili mo ang iyong kalusugan lalo na sa klima sa Japan.

Kung hindi mo matiis ang init sa tag-init, maaari kang mahapo at mawalan ng gana sa pagkain. Ang tawag dito sa Japan ay *natsubate* (pagkahapo sa tag-init). Ang pagkaing mayaman sa protina, bitaminang B-complex, at mineral ay mabisang panlaban sa pagkahapo sa tag-init. Mahalagang kumain din ng karne, butong-gulay, gatas, produkto ng soya, at napapanahong gulay. Bagama't kailangan mo ng likido sa katawan, huwag uminom ng mga inumang mayaman sa asukal.

Ang pagkalason sa pagkain ay maaaring mangyari sa tag-init at taglamig. Ang norovirus ay isang pangkaraniwang sanhi. Ang mikrobyong ito ay lubos na nakakahawa at kumakalat sa pamamagitan ng paghipo ng suka o dumi ng taong maysakit. Upang mapangalagaan ang iyong sarili sa norovirus, gumamit ng alkohol o etanol at puspusang maghugas ng kamay gamit ang sabon at tubig. Maaari ding maging sanhi ang pagkain ng pagkaing-dagat, kaya't siguruhing tama ang pagkaluto ng isda o tahong.

20. 日本の出入国管理

　日本は、外国人の入国・在留に関し、在留活動の範囲を法律によって具体的に定める在留資格制度をとっており、出入国および在留関係等の手続きを定める『出入国管理および難民認定法』（入管法）とその関係法令を基本法として出入国の管理を行っています。

　日本の出入国管理行政は、法務省出入国在留管理庁が行っており、その出先機関として全国8カ所に地方出入国在留管理局、その下に支局、出張所および入国者収容所（地方出入国管理官署）が設置されています。

（1）在留資格と在留期間

　入管法では、日本に入国・在留する外国人について、活動目的に応じた在留資格を定めています。外国人が日本に滞在するためには、入管法で定めるいずれかの在留資格を持っている必要があります。外国人が日本に入国するときは、日本での活動内容に照らして在留資格と在留期間（日本に滞在できる期間）を付与されます。これらの情報はパスポート（旅券）に記載されます。

　在留資格には定められた活動を行うことによって日本に在留することができる「活動資格」と、例えば日本人と結婚し "日本人の配偶者等" という立場になるなど、定められた身分または地位を持つものとして日本に在留することができる「居住資格」があります。日本に滞在する外国人は、居住資格である「永住者」「日本人の配偶者等」「永住者の配偶者等」および「定住者」を除き、活動内容に制限がありますので、在留資格で認められている活動以外の就労活動を行うことはできません。「技能実習」や「特定技能」等の在留資格は活動資格に該当し、次の（2）および（3）に示す活動範囲で就労できる者となります。許可を受けない就労活動をした場合には、処罰や国外への退去強制の対象となります。

（2）在留資格「技能実習」

　外国人技能実習制度は、諸外国の労働者に日本の産業等に関する技能や技術、知識（以下「技能等」）を身につけてもらい、帰国後に修得した技能等を活かして母国で活躍してもらうことを目的とした制度です。

20. Pangasiwaan ng Imigrasyon ng Japan

Lumikha ang Japan ng sistema ng paninirahan (*statement of status*) para sa mga dayuhang pumapasok at naninirahan sa bansa, sa ilalim ng batas na nagdidikta ng mga gawaing pinapayagan habang nandito sila. Ang imigrasyon ay pinapangasiwaan ng *Immigration Control and Refugee Recognition Act* (*Immigration Control Act*) at iba pang batas na may kaugnayan dito na nagtataguyod ng pamamaraan para sa imigrasyon at paninirahan.

Ang Ahensiya ng mga Serbisyo sa Imigrasyon ay nagpapatupad ng sistema ng *immigration control* ng Japan. May walong Kawanihan ng Panrehiyong Imigrasyon na nagsisilbing lokal na ahensiya, kung saan pumapailalim ang mga sangay, lokal na opisina, at mga Sentro ng Imigrasyon (*Regional Immigration Office*).

(1) Katayuan at tagal ng paninirahan

Ang *Immigration Control Act* ay nagtataguyod ng katayuan ng paninirahan ayon sa layunin ng mga dayuhan sa pagpasok at pagtira nila sa Japan. Dapat matugunan ng mga dayuhan ang kahit na isa sa mga kwalipikasyon para sa pagtira na itinaguyod sa *Immigration Control Act*. Iginagawad sa isang dayuhang pumasok sa Japan ang katayuan at tagal ng paninirahan batay sa layunin ng kanyang pagpasok sa bansa. Ang impormasyong ito ay idinadagdag sa kaniyang pasaporte.

Ang katayuan ng paninirahan ay nagpapahintulot sa iyo ng natatanging katayuan o posisyon. Kasama dito ang katayuang nagpapahintulot sa iyong mamalagi sa Japan upang makalahok sa itinalagang gawain, at Asawa o Anak ng isang Hapones, na nagpapahintulot sa iyong manatili sa Japan kung kasal ka sa isang Hapones. Hindi kasama dito ang mga taong may Permanenteng Paninirahan, Asawa o Anak ng Isang Hapones, Asawa o Anak ng may Permanenteng Paninirahan, o Pangmatagalang katayuan, mga dayuhang naninirahan sa Japan ay limitado sa mga maaaring gawin, at hindi sila pinahihintulutang magkaroon ng gawaing labas sa kanilang katayuan. Ang katayuan ng paninirahan bilang *Technical Intern Training at Specified Skilled Worker* ay nasasakop ng mga gawaing nagpapahintulot na magtrabaho ayon sa saklaw ng (2) at (3) sa ibaba. Ang mga taong gumagawa ng mga bagay na hindi saklaw ng kanilang pahintulot ay mananagot sa mga parusa at pagpapauwi sa kanilang bansa.

(2) Ang katayuan ng paninirahan ng *Technical Intern Training*

Ang programa ng *Technical Intern Training* ay itinaguyod upang ang mga manggagawang mula sa iba't-ibang bansa ay matuto ng paraang Hapon sa industriya, kasanayan, at kaalaman (tatawaging "kasanayan, atbp." mula rito) at pagkatapos ay gamitin ang mga kasanayan atbp. ito pagbalik sa kanilang bansa.

この制度で来日し滞在する外国人は、外国人技能実習生（以下「技能実習生」）として「技能実習」の在留資格で入国、在留します。技能実習はその活動内容によって１号、２号、３号に分かれます。

●**技能実習１号（技能実習１年目）** …　技能等の修得活動
　技能実習法上の認定を受けた技能実習計画（第一号技能実習に係るもの）に基づき、講習を受け、および技能等に係る業務に従事する活動

●**技能実習２号（技能実習２年目・３年目）** …　１号の修得技能等をさらに習熟するための活動
　技能実習法上の認定を受けた技能実習計画（第二号技能実習に係るもの）に基づいて技能等を要する業務に従事する活動

●**技能実習３号（技能実習４年目・５年目）** …　２号までの習熟技能等に熟達するための活動
　技能実習法上の認定を受けた技能実習計画（第三号技能実習に係るもの）に基づいて技能等を要する業務に従事する活動

　技能実習生は企業の生産現場での実習（オンザジョブトレーニング、OJT）により技能等を修得し、習熟、熟達を図ることから、外国人労働者の一面を持ちます。
　また、この制度では技能実習を実施するために「監理団体」、「送出機関」や「実習実施者」（＝技能実習生が実習を行うために所属する企業等）といった機関が関わります。
　特に、実習実施者には技能実習に関する責任者や技能実習生に技能を指導する技能実習指導員、日々の生活サポートをする生活指導員を置く義務が課されています。担当者を確認するようにしてください。

（３）在留資格「特定技能」
　特定技能制度は、日本の深刻な人手不足の状況に対応するため、特定の産業分野において指定される業務について、一定の専門性や技能を持つ外国人を即戦力として受け入れる制度です。

Ang mga dayuhang nananatili sa Japan sa ilalim ng programang ito ay pumapasok sa *Technical Intern Training* sa bansa ay nananatili sa katayuang *technical intern trainees*. Ang *Technical Intern Training* ay nahahati sa mga uring (i), (ii), at (iii).

- ***Technical Intern Training* (i) (unang taon sa *technical intern training*):** Mga gawain upang matuto ng kasanayan, atbp.

  Ang mga aktibidad tulad ng pag-aaral at paggawa ng mga bagay upang matuto ng mga kasanayan, atbp. batay sa plano ng *technical intern training* (may kaugnayan sa *Technical Intern Training* (i)) ay kinikilalang sakop ng *Technical Intern Training Act*

- ***Technical Intern Training* (ii) (pangalawa at pangatlong taon sa *technical intern training*):** Mga gawain upang lubusang masanay sa mga kasanayan, atbp. na natutunan sa *Technical Intern Training* (i)

  Ang mga aktibidad tulad ng paggawa ng mga bagay gamit ang mga natutunan nang kasanayan, atbp. batay sa plano ng *technical intern training* (may kaugnayan sa *Technical Intern Training* (ii)) ay kinikilalang sakop ng *Technical Intern Training Act*

- ***Technical Intern Training* (iii) (pang-apat at pang-limang taon sa *technical intern training*):** Mga Gawain upang maging dalubhasa sa mga kasanayan, atbp., na natutunan sa *Technical Intern Training* (ii)

  Ang mga aktibidad tulad ng paggawa ng mga bagay gamit ang mga natutunan nang kasanayan, atbp. batay sa plano ng *technical intern training* (may kaugnayan sa *Technical Intern Training* (iii)) ay kinikilalang sakop ng *Technical Intern Training Act*

Dahil ang mga *Technical Intern Trainees* ay matututo, magiging magaling, at magiging dalubhasa sa mga kasanayan, atbp. habang nasa *on-the-job training* (OJT) sa pagawaan sa kumpanya, itinuturing din silang mga dayuhang manggagawa.

Dahil ang programang ito ay inilaan upang sanayin ang mga *technical intern*, kaakibat dito ang mga nangangasiwang organisasyon, nagpapadalang organisasyon, at nagsasakatuparang organisasyon (mga kumpanyang itinalaga upang sanayin ang mga *technical intern trainees*).

Ang nagsasakatuparang organisasyon ay obligadong magtakda ng tagapangasiwa o manedyer ng *technical intern training*, tagapagturo sa *technical training*, at ng *daily life advisor*. Tiyaking alam mo kung sino ang iyong tagapangasiwa.

(3) Ang katayuan ng paninirahan ng *Specified Skilled Worker*

Ang *Specified Skilled Worker Program* ay naglalayong lutasin ang matinding kawalan ng manggagawa sa Japan sa pamamagitan ng pagtanggap ng mga dayuhang manggagawang may antas ng kakayahan, kasanayan, at pagiging handa sa paghawak ng mga gawain sa mga industriya sa Japan.

この制度で来日し滞在する外国人は、特定技能外国人として「特定技能」の在留資格で入国、在留します。特定技能には１号と２号があり、１号で活動する場合は在留の全体期間が「通算５年」と上限が定められています。

●特定技能１号

　　法務大臣が指定する本邦の公私の機関との雇用に関する契約に基づいて行う特定産業分野に属する相当程度の知識または経験を必要とする技能を要する業務に従事する活動

●特定技能２号

　　法務大臣が指定する本邦の公私の機関との雇用に関する契約に基づいて行う特定産業分野に属する熟練した技能を要する業務に従事する活動

　原則として、それぞれ、各産業分野の指定業務に応じた専用の技能試験の合格が必要です。また、特定技能１号については加えて日本語試験が課されます。

　特定技能１号の外国人を受け入れる「特定技能外国人所属機関」（＝１号特定技能外国人として所属する企業等）は受け入れた１号特定技能外国人に対して支援体制を整えなければならない義務を負います（これらを（登録）支援機関など外部委託している場合もあります）。日本の生活や在留をサポートするための支援担当者や支援責任者が置かれていますので、担当者を確認するようにしてください。

（4）在留カード

　日本の在留管理制度では、「中長期在留者」となる外国人の方に「在留カード」を交付します。中長期在留者は次の条件に該当しない外国人で日本に入国・在留する方です。

①　３ヵ月以下の在留期間が決定された人

②　「短期滞在」の在留資格が決定された人

③　「外交」または「公用」の在留資格が決定された人

④　①から③に準ずるものとして法務省令で定めた人

⑤　特別永住者

⑥　在留資格を有しない人

Ang mga dayuhang naninirahan sa Japan sa ilalim ng programang ito ay pumapasok at nananatili sa bansa sa katayuang *Specified Skilled Worker* na may natatanging kakayahan. Ang katayuan ng mga *Specified Skilled Worker* ay nahahati sa mga uring (i) at (ii), at kung nagtatrabaho ka sa ilalim ng (i), ang kabuuang haba ng iyong pananatili ay pinakamarami ang limang taon.

● *Specified Skilled Worker* (i)

Ang mga aktibidad na kailangan ng kasanayang may mataas na kaalaman o karanasan sa natatanging kakayahan sa industriya batay sa kontrata ng trabaho sa pampubliko o pribadong institusyon sa Japan na itinalaga ng Kagawaran ng Hustisya.

● *Specified Skilled Worker* (ii)

Ang mga aktibidad na kailangan ng ekspertong kasanayan sa natatanging kakayahan sa industriya batay sa kontrata ng trabaho sa pampubliko o pribadong institusyon sa Japan na itinalaga ng Ministeryo ng Hustisya.

Ayon sa tuntunin, ang mga pagsusulit tungkol sa kasanayan sa itinalagang trabaho sa industriya ay dapat ipasa. Bukod sa *Specified Skilled Worker* (i), ang pagsusulit tungkol sa kakayahan sa Nihongo ay isasagawa din.

Ang mga hindi Hapong organisasyon na may itinalagang kasanayan (kumpanya, atbp., na kaanib ng *Specified Skilled Worker* (i) na manggagawa) na tumatanggap ng *Specified Skilled Worker* (i) na manggagawa ay dapat na magbigay sa kanila ng *support system*. Maaaring kasama dito ang tulong mula sa labas ng organisasyon tulad ng rehistradong *support organizations*, atbp. May mga *support manager* na tutulong sa iyo habang nanatili ka sa Japan, kaya't alamin kung alin ang nakatalaga para sa iyo.

(4) *Residence Card*

Ang *Residence Card* ay ibinibigay sa mga dayuhan na pinapahintulutang manatili sa Japan nang katamtaman hanggang matagalang panahon sa ilalim ng sistema ng *residence control*. Ang mga residenteng may katamtaman hanggang matagalang panahon ay ang mga dayuhang pumapasok at nananatili sa Japan na hindi tumutukoy sa sumusunod na kondisyon.

① Mga taong binigyan ng tagal ng pananatili na tatlong buwan o kumulang

② Mga taong binigyan ng *Temporary Visitor* na katayuan

③ Mga taong binigyan ng *Diplomat* o *Official* na katayuan

④ Mga taong binigyan ng Ministeryo ng Hustisya ng ordinansa na naaayon sa ① hanggang ③

⑤ *Special Permanent Resident*

⑥ Mga taong walang katayuan ng paninirahan

技能実習生や特定技能外国人は基本的に「中長期在留者」となります。

在留カードは新規の上陸許可を受けたとき、在留資格を変更したとき、在留期間の更新許可を受けたときなどに交付されます。この記載内容に変更が生じたときには、変更の届出をしなければなりません。

在留カードはパスポートに代えて本人の身分を証明するもので、本人が常に携行しなければならないものです。紛失したり盗まれたりしたときは再交付を受ける必要があります。

なお、日本上陸時に空港等で即時に在留カードを交付されなかったときは、パスポートに「在留カード後日交付」と書かれています。この場合は後日、在留カードが住居あてに送付されます。

（5）在留資格に関する手続き

在留期間を超えて引き続き日本に在留する場合や在留の目的を変更する場合、また一時的に母国に帰国し、再び日本に入国するような場合は地方出入国管理官署で手続きが必要になります。日本に滞在中の技能実習生や特定技能外国人の方に特に関係する手続きは以下の3つです。

なお、在留関係の手続きは原則として本人が官署に出向いて行いますが、本人に代わり資格を持つ「申請取次者」が申請手続きを行うこともできます。

ⅰ　在留資格の変更許可申請

現在持っている在留資格とは異なる目的・活動内容の在留資格を得ようとするときに発生する手続きです。例えば留学生や技能実習生が特定技能外国人としての条件を満たし、在留資格「特定技能」を取得して日本で働こうとする場合にはこの手続きが必要となります。

ⅱ　在留期間の更新許可申請

現在持っている在留期間を超えて日本に在留しようとする場合は、在留期間が経過する前にこの手続きを行い、在留期間を更新します。

Kadalasan, ang mga *technical intern trainee* at *specified skilled worker* ay katamtaman hanggang pangmatagalang residente.

Ang *Residence Card* ay ibinibigay sa mga bagong dating, mga taong nagpabago ng kanilang katayuan ng paninirahan, at mga taong pinayagan pang magtagal sa pananatili sa Japan. Dapat mong ipagbigay-alam sa mga may kapangyarihan kung alinman sa mga ito ay magbago.

Ang *Residence Card* ay nagsisilbing paraan ng pagkakakilanlan sa halip na ang iyong pasaporte, kaya't dapat mong dalhin ito saan ka man magtungo. Dapat itong mapalitan kapag nawala o nanakaw.

Kung ang *Residence Card* ay hindi agad maibigay pagkadating mo sa Japan, ang iyong pasaporte ay lalagyan ng maikling sulat na nagsasabing bibigyan ka ng *Resdience Card* sa mga susunod na araw. Kung mangyari ito, ang iyong *Residence Card* ay ipapadala sa iyo sa pamamagitan ng koreo.

(5) Paraan ng pagtatala ng *Residence status*

Dapat kang dumaan sa mga kailangang paraan sa *Regional Immigration Bureau* kung nais mong magtagal ang pananatili mo sa Japan, maiba ang dahilan ng iyong pananatili, o kailangan mong pansamantalang umuwi sa iyong bansa at bumalik sa Japan. Ang tatlong paraan na dapat pagdaanan ng *technical intern trainee* at *specified skill worker* ay nakalista sa ibaba.

Bilang panuntunan, dapat na ikaw mismo ang maglakad ng mga paraang ito sa *immigration bureau*; subalit maaaring ka ring magtalaga ng ibang tao upang maglakad ng mga ito para sa iyo.

i Pag-aaplay upang mabago ang katayuan ng paninirahan

Ang paraang ito ay kailangan kapag nais mong baguhin ang layunin ng iyong paninirahan sa bansa. Ang paraang ito ay kailangan, halimbawa, kung ang isang dayuhang estudiyante o *technical intern trainee* ay makatugon sa mga pangangailangan bilang *Speicified Skilled Worker* at nais magkaroon ng ganitong estado at trabaho sa Japan.

ii Aplikasyon para patagalin pa ang tagal ng pananatili

Kung nais mong magtagal pa sa Japan kaysa sa nakatalagang tagal ng iyong pananatili, dapat mong kumpletuhin ang paraang ito at mapatagal ang iyong pananatili bago ito mawalan ng bisa.

iii　再入国許可

　日本に在留が認められている期間内に一時的に日本から出国し、再び日本に入国しようとする場合は、事前に再入国許可を取得することで、現在持つ在留資格・在留期間が継続しているものとなり、その身分で日本に再入国することができます。

　なお、中長期在留者の方については、原則として有効なパスポートと有効な在留カードを所持し、出国してから最長1年以内（在留期限の到来が1年未満の場合は、在留期限まで）に日本に戻る場合は、事前に再入国許可をとる必要はありません。これは「みなし再入国許可」といわれる仕組みで、技能実習生や特定技能外国人の方にも適用されます。

　みなし再入国許可で出国する際は、出国する空港などで「再入国出国用EDカード」をもらってください。このカードの「みなし再入国許可による出国を希望する」という欄にチェックを入れ、出国審査のときにパスポートや在留カードと一緒にこのカードを提出し手続きを行います。

iii *Re-entry permit*

Kung kailangan mong pansamantalang umuwi sa iyong bansa ngunit bumalik muli sa Japan, maaari kang makapasok muli, at mapanatili ang katayuan at tagal ng iyong paninirahan kung kukuha ka ng *re-entry permit* nang maaga.

Bilang panuntunan, ang mga residente na may katamtaman hanggang matagalang panahon ng paninirahan na may pasaporteng may bisa at *Residence Card* na babalik muli sa Japan bago matapos ang isang taon sa labas ng Japan ay hindi kailangan ng *re-entry permit*. Ito ay natatanging pahintulot na bumalik na maaaring gamitin ng mga technical *intern trainee* at *specified skilled worker*.

Kung aalis ka ng bansa nang may pahintulot sa *special re-entry*, tiyakin ang pagkuha ng *special re-entry ED card* sa Paliparan, atbp. bago umalis ng Japan. Lagyan ng markang tsek ang kahong nagsasabing *"Departure with Special Re-entry Permission"* at ibigay ito sa opisyal ng imigrasyon kasama ang iyong pasaporte at *Residence Card* kapag paalis ka na.

21. 住民基本台帳制度・マイナンバー制度

（1）住民基本台帳制度

　技能実習生や特定技能外国人の皆さんは「中長期在留者」（20（4）参照）として日本に滞在するにあたり、日本人と同様に住居のある市区町村で住民登録されます。

　日本の自治体は、そこで暮らす人たち一人ひとりについて、住民票という記録を作っています。この住民票を取りまとめたものを住民基本台帳といい、これを基礎に自治体は住民の生活を守り、税金を管理します。この仕組みを住民基本台帳制度といいます。

　3ヵ月以上日本に滞在する外国人は住民票の対象になり、住所の届出（＝住民登録）が必要となります。住居を定めてから14日以内に、市区町村の窓口に転入届を提出しなければなりません。通常技能実習生や特定技能外国人の皆さんは、来日後にこの手続きを行います。届出の際はパスポートを必ず持っていきます。また在留カードが発行されている場合は、これも一緒に持っていってください。

　転居をするときのほか、帰国するときにも手続きが必要です。

　別の市区町村へ引っ越しを行うときは、住んでいた市区町村に転出届を出します。そして、引っ越した先の市区町村の窓口で、住居を定めてから14日以内に、在留カードとパスポートを持参して転入届を出します。なお、母国に帰る場合も転出届の手続きが必要となりますので留意してください。

（2）マイナンバー制度

　マイナンバー制度は、行政の効率化や住民の利便性の向上などを図ることを目的に、日本に住所がある人すべてに一人ひとつの番号を付与するものです。技能実習生や特定技能外国人の皆さんも対象となります。一人ひとりに12桁のマイナンバー（個人番号）が通知され、住民票に登録されている住所にマイナンバーの「通知カード」（紙製）が郵送されます。帰国する際は通知カードを市区町村へ返納する必要がありますので、きちんと保管するようにして下さい。また紛失したときはすぐに警察と市区町村の窓口に届け出をします。

21. Mahalagang Pagrerehistro ng Residente at Sistema ng Pagbabayad ng Buwis ("My Number")

(1) Mahalagang Pagrerehistro ng Residente

Ang lahat ng *technical intern trainees* at *specified skilled workers* ay mayroong *Mid- or Long-Term Resident status* (tingnan ang 20 (4)) sa Japan at nakarehistro sa kanilang lungsod o bayan gaya ng mga Hapones.

Ang mga lokal na pamahalaan sa Japan ay lumikha ng sertipiko ng paninirahan para sa bawat taong nakatira sa kanilang nasasakupan. Ang pangunahing rehistro ng residente ay pinagsama-samang sertipiko, na ginagamit ng lokal na pamahalaan upang matugunan ng serbisyo at masuri ang buwis ng mga residente. Ang tawag dito ay *Basic Resident Register System*.

Ang mga dayuhang nananatili sa Japan nang tatlong buwan o higit pa ay napapaailalim sa sistema ng sertipiko ng paninirahan at dapat magparehistro ng kanilang tirahan bilang residente. Dapat kang magpasa sa munisipyo ng abiso ng paglipat sa loob ng 14 na araw pagkalipat mo sa iyong tirahan. Ang mga *technical intern trainees* at *specified skilled workers* ay kadalasang dapat kumpletuhin ang prosesong ito pagdating sa Japan. Dapat mong dalhin ang iyong pasaporte kapag nagparehistro. Kung mayroon ka nang *Residence Card*, mangyaring dalhin din ito sa munisipyo.

Katulad ng paglipat sa bagong lugar, dapat mo ding kumpletuhin ang kaparehong proseso kapag uuwi ka na sa iyong bansa.

Kung lilipat ka sa bagong lungsod o bayan, dapat kang magpasa sa dati mong munisipyo ng abiso ng pag-alis sa lugar na iyon. Pagkatapos, sa loob ng 14 na araw ay dapat mong dalhin ang iyong *Residence Card* at pasaporte sa munisipyo ng bagong lungsod o bayan na iyong lilipatan at magpasa ng abiso ng paglipat doon.

(2) Sistema ng Pagbabayad ng Buwis

Ang *tax number system* ay pagtatalaga ng numero sa bawat residente ng Japan upang maipon ang lahat ng papeles at mapadali ang proseso para sa mga residente. Ang *technical intern trainees* at *specified skilled workers* ay napapailalim sa sistemang ito. Ang bawat tao ay bibigyan ng 12-digit na numero (tinatawag na "My Number"), at kard ng abiso na ipapadala sa tirahang naka-rehistro sa iyong sertipiko sa pamamagitan ng koreo. Bago bumalik sa iyong bansa, dapat mong ibalik ang kard ng abiso sa iyong lokal na pamahalaan, kaya't ingatang hindi ito mawala hanggang pag-alis mo. Kung mawala mo ito, huwag kalimutang kaagad na ipagbigay-alam sa pulis at sa iyong lokal na pamahalaan.

マイナンバーのカードには通知カードと「マイナンバーカード」（写真付きのICカード）の２種類があります。マイナンバーカードは公的な身分証明書として使用できますが、希望者のみへの発行となるため申請が必要です。なお、マイナンバーカードの交付と引き換えに通知カードは返納することになります。

　留意点として、外国人の場合、在留期間の満了日が来ると「マイナンバーカード」は有効でなくなります。また、在留期間を更新すると「マイナンバーカード」も更新が必要となります。「マイナンバーカード」の申請をするときは、在留期間の更新等が許可された後に行うようにすると手続を減らすことができます。

　そして自分のマイナンバーを他人に教えることは厳禁です。マイナンバーを他人に悪用されないように注意が必要です。

　その他、マイナンバー制度の詳細については、生活指導員や支援担当者に確認するか、以下のホームページやフリーダイヤル、または住民票の登録をしている市区町村に尋ねてください。

＜マイナンバーに関する情報・問合せ＞

○　内閣府　マイナンバー（社会保障・税番号制度）ホームページ
　　※外国人向け
　　`URL`　https://www.cao.go.jp/bangouseido/foreigners/index.html

○　通知カード、マイナンバーカードについて（英語ページ／右上部切替により中国語（簡体字・繁体字）・韓国語・スペイン語・ポルトガル語・日本語に対応）
　　`URL`　https://www.kojinbango-card.go.jp/en/

○　マイナンバー総合フリーダイヤル
　　0120-0178-26［制度について］
　　0120-0178-27［通知カード、マイナンバーカード］
　　（いずれも無料／平日９：３０～２０：００　土日祝９：３０～１７：３０）
　　対応言語：英語、中国語、韓国語、スペイン語、ポルトガル語
　　※　日本語による案内フリーダイヤルは0120-95-0178（マイナンバー全般）

May dalawang uri ng kard ng *tax number system*, ang kard na abiso at ang Kard na My Number (IC kard na may larawan mo). Ang Kard na My Number ay maaaaring gamitin bilang opisyal na pagkakakilanlan, ngunit ibinibigay lamang ang kard na ito sa mga humihingi nito. Kapag natanggap mo na ang Kard na My Number, dapat mong isauli ang kard na abiso.

Tandaang para sa mga dayuhan, ang Kard na My Number ay mawawalan ng saysay pagkatapos ng iyong bisa, kaya't dapat mo ding papalitan ng bago ang iyong Kard na My Number. Mas madali itong gawin kapag may pahintulot ka nang madugtungan ang iyong bisa.

Huwag na huwag sabihin sa ibang tao ang iyong buwis-numero (My Number). Dapat mong tiyakin na hindi ito maabuso ng iba.

Para sa iba pang detalye tungkol sa *tax number system* makipag-ugnayan sa iyong *daily life advisor* o *support manager*, bisitahin ang sumusunod na website, tumawag sa *toll-free number*, o magtanong sa lokal na pamahalaan kung saan ka nakarehistro bilang residente.

<Mga kaalaman at katanungan tungkol sa *tax number system*>

○ Tanggapan ng Gabinete – My Number (*social security, tax number system*)

   *Para sa mga dayuhan

   URL   https://www.cao.go.jp/bangouseido/foreigners/index.html

○ Impormasyon tungkol sa kard na abiso at Kard na My Number (Ingles na pahina sa kanang itaas na pwedeng ilipat sa pinasimple at tradisyunal na Intsik, Koreano, Espanyol, Portuges, at Nihongo)

   URL   https://www.kojinbango-card.go.jp/en/

○ Numerong *toll-free* para sa pangkalahatang impormasyon tungkol sa My Number

   0120-0178-26 [*Tax Number System*]

   0120-0178-27 [Kard ng abiso, Kard na My Number]

   (Toll-free / Lunes hanggang Biyernes: 9:30-20:00, Sabado, Linggo at araw ng pangolin: 9:30-17:30)

   Mga wika: Ingles, Intsik, Koreano, Espanyol, Portuges

   * *Toll-free* sa wikang Nihongo: 0120-95-0178 (Pangkalahatang impormasyon tungkol sa My Number)

22. 所得税と住民税

　日本の税金には、国に納める「国税」と地方自治体に納める「地方税」があり、納め方によって所得税や住民税等の「直接税」と、消費税や酒税等の「間接税」に分類され、納められた税金は公共サービスの運用などに利用されています。

（1）所得税

　所得税は、個人の1年間の所得にかかる税金で、収入から経費や控除額を引いた残りの課税所得に税率を適用したものが税額となります。また、会社勤めの人の最終的な納付額は年末調整によって確定します。年末調整で毎月の控除額の合計額よりも確定した納付額が大きくなった場合は、不足した額が徴収されます。また、毎月の控除額の合計額が確定した納付額よりも大きい場合は年末調整時に差額の返還があります。技能実習生や特定技能外国人は、日本国内で稼得した所得である国内源泉所得について全額課税・徴収されることになります。

（2）住民税

　住民税は、教育や福祉、行政サービスなど地域社会の費用を分担するために徴収される税金で、市区町村民税と都道府県民税があります。基本的に、住んでいる地域と個人の収入によってその金額は異なり、前年の所得をもとに翌年の納税額が決定されます。

　具体的には、1月1日現在の住居がある地方自治体の住民税が課税され、その地方自治体に納税することになります。税額は6月1日に前年の所得をもとに確定税額として決定され、6月から1年間、毎月の賃金から分割して徴収されます。ですから、技能実習生等の場合は、技能実習や特定技能就労の1年目については日本における前年の所得がないことが多いことから、一般的には住民税は徴収されないことになり、2年目になって1年目の所得に対しての住民税が徴収されることになります。また、技能実習生や特定技能外国人の方の多くは年度途中で帰国することになるわけですが、毎年6月1日の時点ですでに年間の税額が確定していることから、当該年度分の残額を納付するということになります。

　なお、住民税には所得税のように年末調整や還付はありません。

22. Buwis ng Kita at Buwis ng Paninirahan

May dalawang uri ng buwis sa Japan, ang pambansang buwis, na binabayaran sa pambansang pamahalaan, at ang lokal na buwis, na binabayaran sa lokal na pamahalaan. Ang mga ito ay binabayaran bilang direktang buwis sa anyo ng buwis ng kita at buwis ng paninirahan, atbp., at hindi-direktang buwis sa anyo ng buwis sa pagkonsumo, buwis sa inuming alcohol, atbp., na ginagamit upang makapaglaan ng serbisyong pampubliko.

(1) Buwis ng Kita

Ang buwis ng kita ay uri ng buwis sa taunang kita ng indibidwal. Ang halaga ng buwis ay inilalapat matapos ibawas ang mga gastos at iba pang kabawasan sa iyong kita. Kung nagtatrabaho ka para sa isang kumpanya, ang kabuuang halaga ng babayaran mo ay kinukwenta sa katapusan ng taon. Kung ang kabuuang halaga sa katapusan ng taon ay mas mataas kumpara kabuuang bawas kada buwan, dapat mong bayaran ang kulang. Sa kabilang banda, kung ang iyong buwanang kalkulasyon ay mas mataas sa nakapirming halaga ng iyong buwis, ibabalik sa iyo ang labis sa iyong binayaran. Ang mga *technical intern trainees* at *specified skilled workers* ay lubusang gagawaran ng buwis sa kinita sa Japan.

(2) Buwis ng Paninirahan

Ang buwis ng paninirahan ay sinisingil upang mapunan ang gastos sa lokal na edukasyon, kapakanan, at mga serbisyong pang-administratibo at binubuo ng buwis na pambayan at buwis na pang-prepektyur. Kadalasan, ang halagang ito ay kakaiba depende sa lugar kung saan ka nakatira at sa iyong kita, at kinakalkula batay sa buwis na ibinayad mo noong nakaraang taon.

Mas partikular, ang buwis ng paninirahan ay sinusuri batay sa lugar ng iyong tirahan mula Enero 1 at binabayaran sa lokal na pamahalaan. Ang halaga ng buwis ay pinagpapasyahan bago mag Hunyo 1 batay sa kinita mo noong nakaraang taon, at ito ay hinahati-hati sa kada buwan sa susunod na taon mula Hunyo. Dahil dito, dahil karamihan sa mga *technical intern trainees* at *specified skilled workers* ay hindi pa nakatira sa Japan sa nakaraang taon, wala silang kitang maaaring pagbatayan ng buwis sa unang taon nila sa Japan. Hindi mo kailangang maybayad ng buwis ng paninirahan sa unang taon mo sa Japan ngunit dapat kang magbayad sa pangalawang taon batay sa kinita mo sa unang taon. Atsaka, maraming *technical intern trainees* at *specified skilled workers* ang umuuwi sa kanilang bansa sa gitna ng taong piskal, ngunit dahil nakatakda na ang taunang buwis tuwing Hunyo 1, dapat pa rin silang magbayad para sa natitirang bahagi ng taong piskal.

Tandaang di tulad ng kalkulasyon sa katapusan ng taon para sa buwis sa kita, walang ibabalik sa iyo mula sa buwis ng paninirahan.

（3）租税条約

　所得税等を日本国内で納税するか、母国で納税するかを選択することにより脱税の防止と二重課税の排除などを目的とし、国家間レベルで締結されるものに租税に関する条約というものがあります。日本は技能実習生等の送出国である中国、ベトナム、インドネシア、タイ、フィリピン、マレーシアなど世界58カ国と締結しています。届出については、実習実施者等の代表者等を経由して「租税条約に関する届出書」を所轄の税務署に提出することになりますが、その場合には事前に当該税務署に相談することをお勧めします。

<＜税金に関する情報・問合せ＞

［所得税など国税に関するもの］
　○　国税庁ホームページ（日本語・英語）
　　URL　https://www.nta.go.jp/index.htm
　○　全国の各税務署（日本語・下記ホームページより確認してください。）
　　URL　https://www.nta.go.jp/about/organization/index.htm
　○　国税局電話相談センター（外国語対応・英語のみ）
　　東京国税局電話相談センター　　　　　　　　03-3821-9070
　　名古屋国税局電話相談センター　　　　　　　052-971-2059
　　大阪国税局電話相談センター（代表番号から転送）　06-6941-5331

［住民税など地方税に関するもの］
　お住まいの市区町村の役所・役場の税金の担当部門に尋ねてください。
　各市区町村のホームページにも情報が掲載されていますので参考にしてください。>

(3) Kasunduan tungkol sa buwis

Bagamat ang buwis sa kita ay binabayaran sa Japan, ang pagbabayad din ng mga buwis sa iyong bansa ay makakatulong upang maiwasan ang kasong pag-iwas sa buwis at dobleng pagbubuwis, salamat na lamang sa kasunduan sa pagitan ng Japan at ibang bansa tungkol sa buwis. May kasunduan ang Japan sa 58 na bansa sa buong mundo, kasama ang Tsina, Biyetnam, Indonesya, Thailand, Pilipinas, at Malaysia, kung saan nanggagaling ang mga *technical intern trainees* at *specified skilled workers*. May kinatawan mula sa nagsasakatuparang organisasyon para sa programa ng *technical intern* o kumpanya mo ang magpapasa ng aplikasyon para sa buwis sa kita para sa iyo, ngunit dapat ka munang makipag-usap sa nararapat na opisina ng buwis kung ito ang nais mong gawin.

<Impormasyon at katanungan tungkol sa mga buwis>

[Mga paksa tungkol sa buwis ng kita at pambansang buwis]
○ Website ng Ahensiya ng Pambansang Buwis (Nihongo, Ingles)
   URL   https://www.nta.go.jp/index.htm
○ Mga tanggapan ng buwis sa buong Japan (Nihongo, bisitahin ang sumusunod na website)
   URL   https://www.nta.go.jp/about/organization/index.htm
○ *Call Center* para sa Kawanihan ng Pagbubuwis sa Rehiyon (Suporta sa wikang banyaga: Ingles lamang)
   Call Center para sa Kawanihan ng Pagbubuwis sa Tokyo   03-3821-9070
   Call Center para sa Kawanihan ng Pagbubuwis sa Nagoya 052-971-2059
   Call Center para sa Kawanihan ng Pagbubuwis sa Osaka   06-6941-5331

[Mga paksa tungkol sa buwis ng paninirahan at buwis pang-rehiyon]
   Makipag-ugnayan sa taong namumuno ng mga paksa tungkol sa buwis sa tanggapan ng iyong lokal na pamahalaan.
   Bisitahin din ang website ng iyong lokal na pamahalaan para sa iba pang detalye.

23. 公的保険

　労働者がケガや失業、加齢などによって働けなくなった場合に給付を受けるといった公的な保険制度で、一般的には「社会保険」といわれています。具体的には、医療保険・公的年金保険や、「労働保険」と言われる労災保険・雇用保険などがあります。

（1）社会保険

　業務以外の疾病やケガ等への保障としての医療保険と、老後の生活や死亡に備えるための保障としての公的年金保険などがあります。労働者の場合、医療保険は健康保険（健康保険組合や協会けんぽ等）、年金保険は厚生年金保険がこれにあたります。ちなみに自営業者等については、それらは国民健康保険、国民年金となります。

ｉ　健康保険

　業務以外の疾病やケガ等に対して治療費等の一部について国や地方自治体から給付がなされる医療保険で、次の事業所（適用事業所）が強制的に適用されることになります。
　①　法人の事業所であって、常時従業員を雇用するもの
　②　個人経営で適用業種の事業の事業所であって、常時５人以上の従業員を雇用するもの
　したがって、個人経営の事業所のうち、一般的な業種で５人未満の事業所および農林水産業・旅館業・クリーニング業等の特定の業種の事業所については、健康保険の強制適用とはなりません。これら適用事業所でない事業所に雇用される技能実習生や特定技能外国人については、自営業者と同じ国民健康保険への加入が強制されることになります。

＜健康保険に関する情報・問合せ＞

○　全国健康保険協会　各支部
　URL　https://www.kyoukaikenpo.or.jp/g7/cat710/sb7130/sbb7131/1762-620

23. Segurong Pampubliko

Ang segurong pampubliko, na mas kilala bilang *shakai hoken* (segurong panlipunan), ay nagdudulot ng benepisyo sa mga taong napinsala o nawalan ng trabaho, o hindi na makapagtrabaho dahil sa katandaan ng edad. Kung tutukuyin, may segurong pangmedikal, pensyong pampubliko, at segurong paggawa kasama na ang segurong pambayad sa aksidente at segurong pang-trabaho.

(1) Segurong panlipunan

Ang mga segurong pangmedikal ay sumasakop sa mga sakit at sakunang walang kinalaman sa trabaho, kung saan ang pensiyong pampubliko ay sumasakop sa panggastos sa pamumuhay sa pagtanda at pagkamatay. Para sa mga manggagawa, mayroong segurong pangkalusugan bilang segurong pangmedikal (segurong pangkalusugan, Asosasyon ng Segurong Pangkalusugan sa Japan). Para sa mga taong may sariling trabaho, mayroong pambansang segurong pangkalusugan at pensiyong Pambansa.

i Segurong pangkalusugan

Ang mga sumusunod na uri ng lugar ng trabaho (naaangkop na lugar ng trabaho) ay dapat magbigay ng segurong pangmedikal kung saan ang pambansa at lokal na pamahalaan ay nagbibigay ng benepisyo para sa bahagi ng bayad sa pagpapagamot ng sakit at sakunang walang kinalaman sa trabaho.

① Mga lugar ng trabaho na patuloy na umuupa ng manggagawa
② Mga lugar ng trabaho sa naaangkop na industriya na pribadong pinamamahalaan at laging umuupa ng lima o higit pang manggagawa

Samakatuwid, mga lugar ng trabaho na pribadong pinamamahalaan at may kulang sa limang manggagawa na gumagawa ng pangkalahatang trabaho, o lugar ng trabaho sa natatanging industriya tulad ng agrikultura, palagubatan, at palaisdaan, pamamahala ng hotel, o industriya sa paglilinis, ay hindi obligadong magbayad ng segurong pangkalusugan. Ang mga *technical intern trainees* at *specified skilled workers* na nagtatrabaho sa mga negosyong ito ay dapat na umanib sa pambansang segurong pangkalusugan, gaya ng mga may sariling negosyo nagtatrabaho.

<Impormasyon at mga kaalaman tungkol sa segurong pangkalusugan>

○ Asosasyon ng Segurong Pangkalusugan sa Japan – lahat ng sangay
URL https://www.kyoukaikenpo.or.jp/g7/cat710/sb7130/sbb7131/1762-620

---

ii　厚生年金保険

　公的年金保険のうち、会社勤めの方が老後の生活や死亡に備えるために加入する保険で、積み立てた金額に応じた年金を老後に受け取ることができ、一定の要件を満たしているときには、病気やケガで障害が残った場合に障害年金、加入者本人が死亡した場合にその遺族に対して遺族年金などが支給されます。健康保険と同じように適用事業所に雇用される労働者が強制加入しなければならない保険制度です。

　したがって、技能実習生や特定技能外国人が厚生年金保険の適用事業所で従事する場合には厚生年金保険への加入が強制されることになります。また、適用事業所でない事業所に従事する場合には、国民年金への加入が強制されることになります。

　なお、技能実習生等のように、短期間、日本に滞在する外国人で厚生年金保険の適用を受ける場合には、脱退一時金制度というものがあります。もちろん、国民年金にも対象となります。

　厚生年金に加入して次の4つの要件に適えば、厚生年金の被保険者資格を喪失して出国後2年以内はこの脱退一時金の請求権が生じ、支給されることになります。

　①　日本国籍を持っていないこと

　②　厚生年金保険の保険料を6ヵ月以上納めていること

　③　出国前に市区町村に転出届を提出するなど、日本に住所を持っていないこと

　④　障害年金等の保険を受ける権利を持っていないこと

　脱退一時金は、日本年金機構に請求手続きを行い、支給金額については、日本の年金制度に加入していた期間に応じて決まり、36ヵ月分が上限になります（2020年3月末現在）。ただし、受給した場合には脱退一時金を請求する以前の全ての期間が年金加入期間でなくなることを承知しなければなりません。

　また、中国など日本と年金加入期間を通算する社会保障協定を結んでいる国については、両国の年金加入期間を通算して日本や相手国の年金を受け取ることができるケースがあります。この場合、脱退一時金を受け取ると、脱退一時金を請求する以前のすべての加入期間が通算できなくなりますので留意してください。母国の年金制度や自分の年金の加入状況を確認するようにしてください。

ii Segurong Pensyon ng Kapakanan

Ang pampublikong pensiyon ay may kasamang seguro na sinasalihan ng mga manggagawa ng kumpanya upang makatanggap ng benepisyo para sa panggastos sa pamumuhay pagtanda at pagkamatay, nagbabayad ng pensiyon kapag nagretiro ayon sa halagang nasa sistema. Kapag natugunan ang mga pangangailangan, ang pensiyong pang may kapansanan ay nababayad ng benepisyo sa mga taong nagkaroon ng kapansanan dahil sa sakit o sakuna, at ang pensiyon para sa pamilyang namatayan ay ibinabayad sa mga kaanak na buhay pa sakaling mamatay ang nakaseguro. Ang mga programa para sa seguro ay iniuutos sa mga manggagawang inuupahan ng mga negosyong obligadong magbigay ng ganitong seguro.

Samakatuwid, ang mga *technical intern trainee* at *specified skilled worker* na empleyado sa lugar ng negosyo na sumasailalim sa segurong pensyon para sa kapakanan ay dapat magpalista. Kung nagtatrabaho ka sa lugar ng negosyo na hindi nararapat dito, dapat kang magpalista sa programa para sa pambansang pensiyon.

Para sa mga dayuhang nakatira sa Japan nang panandalian lamang, gaya ng *technical intern trainees*, may sistemang nagpapahintulot sa iyo na makuha ang kabuuan ng perang ibinayad sa segurong pensyon para sa kapakanan. Ito ay maaari ding gamitin sa pensiyong pambansa.

Kung ikaw ay nakalista sa segurong pensyon para sa kapakanan at matutugunan mo ang mga sumusunod na kailangan, may Karapatan kang humiling at tumanggap ng kabuuang halaga pag-alis mo sa bansa at sa loob ng dalawang taon pagkatapos ng katayuan mo sa sugurong pensyon para sa kapakanan.

① Hindi ka Hapones
② Nakapagbayad ka ng anim na buwan o higit pa sa segurong pensyon para sa kapakanan
③ Nakapagpasa ka ng abiso ng pag-alis sa lungsod o bayan na tinirhan mo bago ka umalis ng bansa at walang tirahan sa Japan
④ Wala kang karapatang magtamo ng seguro tulad ng pensyon para sa may kapansanan

Dapat magpasa ng aplikasyon para sa pagkuha ng kabuuang bayad sa *Japan Pension Service*. Ang halagang matatanggap mo ay pagpapasyahan ayon sa tagal ng iyong pagkakalista sa sistema ng pensiyon sa Japan, nang may pinakamatagal na 36 na buwan (datos noong Marso 2020). Subalit, tandaang ang anumang tagal ang nabayaran sa pensiyon ay tatanggalin kung hihiling ka ng kabuuang bayad.

Para mga bansang tulad ng Tsina na may kasunduan sa Japan tungkol sa tagal ng pagkakalista sa sistemang pensiyon, may mga kasong maaari kang maging karapatdapat sa pensiyon sa Japan o sa ibang bansa sa pamamagitan ng pagsasama ng kabuuang tagal ng pagtira sa dalawang bansa. Tandaang sa kasong ito, ang pagtanggap ng kabuuang bayad ay lubusang magbubura ng pangalan mo sa listahan. Tiyakin ang katayuan ng sistema sa pensiyon sa iyong bansa.

<厚生年金保険に関する情報・問合せ>

○　日本年金機構ホームページ（日本語以外）

URL　https://www.nenkin.go.jp/international/index.html

（2）労働保険

　労働保険には、全ての労働者を対象に事業主が全額保険料を負担する労災保険（労働者災害補償保険）と短時間労働者を除く労働者を対象に事業主と労働者の双方が保険料を負担する雇用保険とがあり、いずれも、原則として、労働者を1人でも雇っている事業所は強制適用となります。もちろん、そのような事業所に雇用される技能実習生や特定技能外国人についても適用されます。

ⅰ　労災保険

　労働者が仕事や通勤が原因で負傷した場合、また、病気になった場合や死亡した場合に、被災した労働者や遺族の方を保護するための給付です。事業主には、技能実習生等を雇用する場合に労災保険への加入がほとんどの場合義務付けられています。例外として、労働者5人未満の個人経営の農林水産業は暫定任意適用事業となっていますが、農業で危険・有害作業を主とする場合や事業主が労災保険特別加入している場合などは強制適用となります。

　なお、労災保険の給付請求については、被災者または遺族の方が自ら手続きを行うことが困難な場合には、事業主にはその手続きを助力する義務があることにも留意する必要があります。

ⅱ　雇用保険

　労働者が失業した場合や働き続けることが困難になった場合等に、生活や雇用の安定と再就職の促進を図るための給付です。

　労働者を1人でも雇っている事業は原則として強制適用となります。例外として、労働者5人未満の個人経営の農林水産業は暫定任意適用事業となっていますが、労働者の2分の1以上の同意を得て事業主が任意加入の申請を行い、許可を受ければ雇用保険の適用事業になります。

> <Impormasyon at katanungan tungkol sa segurong pensiyon para sa kapakanan>
>
> ○ Website ng Serbisyo ng Pensiyon sa Japan (may mga wika maliban sa Nihongo)
>
> `URL` https://www.nenkin.go.jp/international/index.html

(2) Seguro sa Paggawa

Kasama sa seguro sa paggawa ang seguro sa bayad kung maaksidente ang manggagawa na binabayaran nang buo ng kumpanya para sa lahat ng manggagawa, at seguro kung saan parehong ang kumpanya at manggagawa (maliban sa mga nagtatrabaho nang *part-time*) ang sasagot sa gastos para sa seguro, at obligasyon ng lahat ng kumpanya kahit may iisa lamang silang manggagawa. Mangyari pa, ito ay karapat-dapat ding gawin ng mga kumpanyang umuupa ng *technical intern trainees* at *specified skilled workers*.

i Seguro para sa bayad sa manggagawa sakaling maaksidente

Kung ang manggagawa ay magkaroon ng sakuna, magkasakit, o mamatay sanhi ng trabaho, o papunta sa trabaho, ang manggagawa o nabubuhay pang kaanak ay makakatanggap ng benepisyo. Kadalasan, ang mga may-ari ng negosyo na umuupa ng *technical intern trainees*, atbp. ay obligadong sumapi sa mga programa ng seguro para bayad sa manggagawang naaksidente. Ang eksepsyon sa patakarang ito ay ang mga pansamantalang negosyo sa agrikultura, palagubatan, at palaisdaan na may mas mababa sa lima ang dami ng manggagawa. Subalit obligasyon ang magpalista nito kung kasama sa pangunahing gawain ang mapanganib at delikadong trabaho sa agrikultura o kapag ang may ari ng kumpanya ay nagpalista para sa seguro sa pambayad sa manggagawang naaksidente para sa mga natatanging layunin.

Tandaang kung mahirap para sa taong naaksidente o pamilya nila ang magpasa ng papeles upang makatanggap ng benepisyo, ang may-ari ng kumpanya ay obligadong tumulong.

ii Seguro para sa trabaho

Ang segurong ito ay nagbabayad ng benepisyo sa mga taong nawalan ng trabaho o nahihirapang magpatuloy sa trabaho upang matulungan sila sa gastusin sa pamumuhay at mahikayat silang maghanap muli ng trabaho.

Ayon sa tuntunin, ang sistemang ito ay karapat-dapat gawin ng mga negosyo kahit nag-iisa lamang ang manggagawa. Ang eksepsyon lamang sa patakarang ito ay ang mga pansamantalang negosyo sa agrikultura, palagubatan, at palaisdaan na may mas mababa sa lima ang dami ng manggagawa. Subalit, kung magbibigay-pahintulot ang higit sa kalahati ng mga manggagawa, ang may-ari ng negosyo ay maaaring mag-aplay ng kusang-loob na paglahok, at sila ay masasakop ng seguro sa trabaho, kung mapapahintulutan.

24. 雇用と労働

　日本で就労する上で知っていただきたいルールがあります。

　主に企業側の義務となりますが、雇用される側（労働者の皆さん）として知っておいた方がよいルールは次のとおりです。

（1）就労資格

　在留資格（20（1）参照）上、就労することが認められている外国人が地方出入国管理官署に就労資格証明書の交付を受けようとするときは、決められた申請様式に必要書類等を添えて交付申請することになります。

　この就労資格証明書が交付された外国人については、日本の労働関係法令が適用対象となる「労働者」ということになります。

（2）雇用（労働）契約

　技能実習生が技能実習に入るとき、また、特定技能外国人が就労する前に締結されるもので、それぞれ技能実習開始日、また、就労開始日からその効力が生じます。

　雇用契約は、次の事柄について労働者側には必ず文書で交付しなければならないことになっています。

　①　契約の期間

　②　契約を更新する場合の基準

　③　就業の場所や従事すべき業務の内容

　④　始業および終業時刻、時間外労働の有無、休憩時間、休暇等の内容

　⑤　賃金の決定や支払方法等の内容

また、雇用する側は、次の事柄については雇用契約に盛り込んではいけないことになっています。

　①　雇用契約の不履行の違約金を定めたり、損害賠償を予定すること

　②　労働することを条件として雇用者から金銭を借り入れ将来の賃金によって弁済させること

　③　強制的に貯蓄をさせる、また通帳を保管することを含む貯蓄金を管理すること

24. Trabaho at Paggawa

May mga patakaran na dapat mong malaman habang nagtatrabaho sa Japan.

Bagama't marami dito ay obligasyon ng kumpanya, ang mga sumusunod na patakaran ay dapat ding maunawaang mabuti ng mga manggagawa.

(1) Kwalipikasyon sa trabaho

Kapag ang isang dayuhang napahintulutang magtrabaho sa ilalim ng kanilang katayuan sa paninirahan (tingnan ang 20 (1)) ay mag-aplay na makatanggap ng sertipiko ng kwalipikasyon sa trabaho mula sa Kawanihan ng Rehiyonal na Imigrasyon, dapat niyang isama ang nararapat na papeles sa itinalagang pormat.

Ang mga dayuhang nabigyan na ng sertipiko ng kwalipikasyon sa trabaho ay itinuturing na manggagawa at napapasailalim sa mga batas sa Japan ukol sa paggawa.

(2) Mga kontrata ng trabaho (paggawa)

Kapag ang isang *technical intern trainee* ay nagsimulang magsanay o ang isang *specified skilled worker* ay pumirma ng kontrata, ang kanilang kontrata ay magsisimula sa araw ng pagsasanay o trabaho.

Ang mga kontrata ng trabaho ay dapat ibigay sa manggagawa nang nasusulat at kasama ang mga sumusunod na bagay.

① Tagal ng kontrata

② Pamantayan para sa pagpapabago ng kontrata

③ Lokasyon ng trabaho at detalye ng mga gawain

④ Impormasyon tungkol sa oras ng simula at katapusan ng trabaho, kung may oras ng obertaym, pahinga, araw ng pangilin

⑤ Impormasyon kung paano pagpapapasyahan at babayaran ang suweldo

Gayundin, ang dapat na hindi isama sa kontrata ng trabaho ay ang mga sumusunod

① Pagtatakda ng kaparusahan sa hindi pagtatapos ng kontrata, kahit kasama ang multa sa plano

② Paghiram ng pera sa may pagawa sa napagkasunduang kundisyong ito ay babayaran sa pamamagitan ng pagtatrabaho

③ Sapilitang pag-iipon o pangangasiwa ng ipon sa pamamagitan ng pagtatago ng pasbuk

（3）就労に関するルール

賃金の支払いには次の５つのルールがあります。

① 通貨で支払うことが原則ですが、本人の同意により金融機関への口座振込みも可能であること

② 労働者本人以外の者に支払うことは禁止されていること

③ 全額を支払わなければならず、一部を控除して支払うことは禁止されていること。但し、食費や寮費等を賃金から控除することはできますが、労働者の代表等との書面協定が必要になること

④ 毎月最低１回払いであること

⑤ 支払いの期日が特定されるとともに、その期日が周期的であること

労働時間と休日、休憩については次のようなルールがあります。

① 労働時間は、原則、休憩時間を除き１週間に 40 時間、１日について８時間を超えててはならないこと

② 休日は、毎週少なくとも１回は労働者に与えなければならないこと

③ 決められた労働時間（①参照）を超えて、または休日労働（②参照）させることは禁止されていますが、「時間外・休日労働に関する協定」（通称「36 協定」と呼ばれています）を締結し、労働基準監督署に届けた場合には、適法に時間外労働または休日労働させることが認められていること。なお、2019 年４月以降、時間外労働の上限（月 45 時間、年 360 時間）が罰則付きの規定になったこと

④ 決められた労働時間を超えた場合、決められた休日の労働および深夜の労働（午後 10 時から午前５時までの間の労働）を雇用者側が労働者に行わせた場合には、それぞれ２割５分以上、３割５分以上、２割５分以上の割増賃金を支払わなければならないこと

※ ④について複数の条件にあてはまる労働となる場合は、条件に対応する割増率を足し上げた率が適用されます。

⑤ 労働時間が１日６時間を超える場合には少なくとも 45 分、８時間を超える場合には少なくとも１時間の休憩時間を労働時間の途中に、かつ労働者にとって自由な利用として与えなければならないこと

(3) Patakaran sa trabaho

May limang patakaran tungkol sa pagbabayad ng suweldo.

① Bagama't ang bayad ay dapat ibigay sa pamamagitan ng pera, ang suweldo ay maaaring ibigay sa pamamagitan ng deposito sa bangko sa pahintulot ng manggagawa

② Ang pagbabayad ng suweldo maliban sa manggagawa ay mahigpit na ipinagbabawal

③ Ang kabuuan ng suweldo ay dapat ibayad, at ang anumang bawas ay mahigpit na ipinagbabawal. Subalit, pinapahintulutang ibawas ang bayad para sa pagkain at tirahan; kailangang magpakita ng kasulatan ng kasunduan sa pagitan ng may pagawa at kinatawan ng manggagawa, atbp.

④ Ang suweldo ay dapat bayaran kahit minsan sa isang buwan lamang

⑤ Isang tukoy, at palagiang petsa ay dapat kasama sa kasunduan

Ang mga sumusunod na patakaran ay sumasaklaw sa oras ng trabaho, oras ng pahinga, at aras ng pangilin.

① Bilang patakaran, ang oras ng trabaho ay hindi dapat humigit sa 40 oras bawat linggo, maliban sa oras ng pahinga, at 8 oras bawat araw

② Ang mga manggagawa ay dapat bigyan ng kahit isang araw man lamang para magpahinga

③ Bagama't lampas sa oras ng trabaho (tingnan ang ①) at ang pagtatrabaho sa mga araw ng pahinga ay mahigpit na ipinagbabawal (tingnan ang ②), ang obertaym na pagtatrabaho nang ayon sa batas at sa araw ng pahinga ay pinahihintulutan kung napirmahan ng dalawang panig ang Kasunduan tungkol sa Pagtatrabaho nang Obertaym at sa Araw ng Pahinga (Kasunduang "36") at naipasa ito sa Opisina ng Inspeksiyon sa Pamantayan ng Paggawa. Gayundin naman, mula Abril 2019, ang limitasyon sa oras ng obertaym (45 oras kada buwan, 360 oras kada taon) ay itinalaga kasama ang parusa sa sinumang lalabag nito

④ Kung ang nakatalagang oras ng trabaho ay malampasan, kung pagtrabahuhin ang manggagawa sa kanyang araw ng pahinga, o gabing-gabi (sa pagitan ng 10:00pm at 5:00am), dapat siyang bayaran ng karagdagang 25% o higit pa para sa obertaym, karagdagang 35% o higit pa, at karagdagang 25% o higit pa

   * Kung marami sa kundisyon sa ④ ang umukol, dapat bigyan ng karagdagang rate ayon sa mga kundisyon.

⑤ Hindi bababa sa 45 minutong pahinga ang dapat ibigay sa manggagawa kung ang oras ng trabaho ay higit sa 6 na oras kada araw, at hindi bababa sa 1 oras ang dapat ibigay kung lagpas sa 8 oras ang haba ng trabaho kada araw, at maaari niyang gamitin ito ayon sa kanyang kagustuhan

年次有給休暇については次のようなルールがあります。

● 年次有給休暇は、労働者が６ヵ月以上勤務し、全労働日の８割以上出勤した時に10日間、以後１年継続勤務するごとに１日が加算された日数分を与えなければならないこと。なお、技能実習生については、講習終了後、実習の開始日から起算されることになること

（４）職場の安全と労働者の健康確保

雇用者側には、労働者の危険または健康障害を防止するために労働者に講じなければならない教育および健康診断等の事柄は次のとおりです。

ⅰ　安全衛生教育としての措置

① 技能実習生を含む労働者を雇い入れ、または作業内容を変更した場合には、機械等の危険性・取扱いや業務関連疾病の原因・予防など、業務に関する安全または衛生のために必要な事項について教育を行わなければならないこと

② 危険または有害な業務で、厚生労働省令で定められ指定されたクレーン（吊り上げ荷重５トン未満・移動式クレーンの場合は１トン未満）の運転、アーク溶接、車両系建設機械（機体重量３トン未満）の運転、足場の組立等の業務、玉掛けの業務（１トン未満）、動力プレスの金型取り付け等の業務などに労働者を従事させるときは、当該業務に関する安全または衛生のための特別の教育を行わなければならないこと

ⅱ　就業制限業務としての措置

● 職場の作業の中には適切に操作を行わないと破裂や転倒など重大な危険を伴うものがあるため、一定の危険な作業を伴う業務を「就業制限業務」としています。例えば、クレーン（吊り上げ荷重５トン以上・移動式クレーンの場合は１トン以上）の運転、可熱性ガス溶接、車両系建設機械（機体重量３トン以上）の運転、玉掛けの業務（１トン以上）などに労働者を従事させる場合には、免許の取得や技能講習の修了等の資格が必要になること

Ang mga sumusunod na patakaran ay sumasakop sa taunang bayad na bakasyon.

● Ang mga manggagawang nakapagtrabaho sa isang kumpanya ng anim na buwan o higit pa at nakapasok sa 80% o higit pang bilang ng araw ay dapat bigyan ng 10 araw na bayad na bakasyon, na nadadagdagan ng isang araw sa bawat taong nagpatuloy sila ng serbisyo. Para sa mga *technical intern trainees*, ang panahong ito ay kinakalkula mula sa unang araw ng *training* pagkatapos ng klase

(4) Pagpapanatili ng kaligtasan at kalusugan ng manggagawa sa lugar ng trabaho

Ang mga sumusunod na usapin ay sumasakop sa pagsasanay na dapat ibigay sa manggagawa upang maiwasan ang panganib, at pagsusuri ng kalusugan upang maiwasan ang anumang pagpapahina sa kalusugan ng manggagawa

i Mga hakbang sa kaligtasan at edukasyong pangkalusugan

① Kapag umupa o magbago ng detalye sa bagong manggagawa at *technical intern trainees* ang isang kumpanya, dapat silang bigyan ng pagsasanay sa mga panganib at pagpapatakbo ng mga makinarya, mga sanhi at pag-iwas sa mga sakit na may kinalaman sa trabaho, at mga usaping tungkol sa kaligtasan at kalinisang may kaugnayan sa trabaho

② Kapag ang trabaho ng mga manggagawa ay mapanganib o peligroso gaya ng pagpapaandar ng kreyn (bababa sa 5-toneladang nakasabit na kargada; bababa sa 1-tonelada para sa umaandar na kreyn), paghihinang, pagpapaandar ng malalaking makinang pang-kunstruksiyon (bigat na bababa sa tatlong tonelada), pagtatayo ng iskapolding, pagsasakbat (bababa sa isang tonelada) at pagtatayo ng *power press mold* na itinalaga sa ordinansa ng Ministri ng Kalusugan, Paggawa, at Kapakanan, ang kumpanya ay dapat magbigay ng pagsasanay sa kaligtasan o kalusugan na may kinalaman sa trabahong nakaatang

ii Mga usapin tungkol sa natatakdaang trabaho

● Dahil ang anumang pagkakamali sa pagpapaandar ng makina ay maaaring magbunga ng pagkasira, pagkahulog, o iba pang malubhang kapahamakan, ang mga gawaing may kaakibat na panganib ay tinatawag na natatakdaang trabaho. Halimbawa, kapag ang mga nagtatrabaho ay gumagawa ng mga bagay tulad ng pagpapaandar ng kreyn (5-tonelada o higit pang nakasabit na kargada; 1-tonelada o higit pa para sa umaandar na kreyn), paghihinang gamit ang madaling masunog na gas, pagpapaandar ng malalaking makinang pang-kunstruksiyon (bigat na tatlong tonelada o higit pa), pagsasakbat (isang tonelada o higit pa), ang mga manggagawa ay dapat na may lisensiya o kuwalipikasyon sa pamamagitan ng pagtatapos ng kurso sa mga kasanayang nabanggit

iii　健康診断としての措置

① 雇入れ時の健康診断のほか、1年以内ごとに1回、定期に実施（常時、深夜業に従事する労働者等の指定従事者については6ヵ月以内ごとに1回の健康診断が必要）しなければならないこと

② 有機溶剤業務、特定化学物質製造・取扱業務および粉じん作業等の有害業務に労働者を従事させている場合には一定期間ごとに、特殊健康診断を実施しなければならないこと

③ 健康診断の結果は本人に通知するとともに、異常の所見が認められた労働者には必要な措置について医師等の意見を聴かなければならないこと

④ 常時雇用する労働者に対して医師や保健師等によるストレスチェックを実施し、医師等から直接本人に通知されなければならないこと。ただし、労働者50人未満の雇用者には努力義務となっていること

（5）ハラスメント・外国人雇用管理指針

　雇用者は、職場におけるセクシャルハラスメントおよびパワーハラスメントをなくすために雇用管理上必要な対策措置をとらなければならないことになっています。

　また、外国人労働者の募集および採用の適正化、適正な労働条件の確保、安全衛生の確保、労働・社会保険の適用、適切な人事管理・教育訓練・福利厚生、解雇の予防および再就職の援助等、雇用者が外国人労働者に適切に対処しなければならない指針（外国人雇用管理指針）というものがあります。これに基づいてハローワーク等の行政機関が雇用者に対し必要な助言・指導を行っています。

iii Mga usapin tungkol sa pagsusuri ng kalusugan

① Bukod sa pagsusuri ng kalusugan kapag umuupa ng bagong manggagawa, dapat ding patuloy na suriin ang kanilang kalusugan minsan man lamang sa isang taon (dapat itong isagawa kada anim na buwan para sa mga manggagawang nagtatrabaho sa dis-oras ng gabi)

② Kapag ang pagkakaroon ng mga manggagawang may mapanganib na trabaho tulad ng paggamit ng *organic solvent*, paglikha at paggamit ng mga kemikal, at pagtatrabaho sa paligid ng alikabok, dapat regular na suriin ang kanilang kalusugan

③ Ang resulta ng pagsusuri ng kalusugan ay dapat ibigay sa manggagawa, na siyang dapat kumunsulta sa doktor tungkol sa mga dapat niyang gawin kung may makitang abnormalidad

④ Ang pagsusuri ng istres ay dapat gawin ng doktor o pampublikong nars sa mga permanenteng manggagawa, na dapat malaman ang resulta direktang mula sa doktor. Subalit, ang mga may pagawa ng bababa sa 50 manggagawa ay hindi kailangang sumunod sa patakarang ito

(5) Mga gabay sa pamamahala ng panliligalig at pagtatrabaho ng mga dayuhan

Dapat sakupin ng may pagawa ang mga hakbang upang matanggal ang anumang panliligalig na sekswal o kapangyarihan sa kumpanya, na siyang utos sa mga gabay pamamahala ng mga manggagawa.

Dapat sundin ng may pagawa ang mga gabay sa pamamahala ng mga manggagawa para sa mga dayuhang manggagawa upang mapangasiwaan ito nang wasto. Kabilang dito ang patas na pagtanggap ng bagong kasapi ng kumpanya, pananatili ng makatwirang kundisyon sa trabaho, pananatili ng kaligtasan at kalusugan, paglalaan ng seguro sa paggawa at panglipunan, wastong pamamahala ng HR, pagsasanay at edukasyon, mga benepisyo, pag-iwas sa pagtitiwalag at pagbibigay ng tulong sa nangangailangan ng trabaho, atbp. Ang mga ito ay nagbubuo ng batayan para sa mga opisina para sa paghahanap ng trabaho (Hello Work) at iba pang ahensiya ng pamahalaan na nagbibigay ng kailangang patnubay at payo.

25. 困ったときの相談窓口等

　技能実習生や特定技能１号外国人の皆さんには、制度上、所属する企業や監理団体、支援機関に身近なことを相談できる生活指導員や支援担当者が置かれています。日々の生活で困ったときはまずその方々に相談するようにしてください。

　パスポートの紛失や送り出し関係の相談、お尋ねは、自国の駐日大使館や総領事館になります。

　また、日本の行政機関にも様々な相談窓口が設置されています。以下に主要な相談窓口を掲載していますが、相談内容によって窓口が異なりますので留意して活用してください。

ⅰ　入国・在留手続に関する問合せ

出入国在留管理庁ホームページ

　　URL　http://www.immi-moj.go.jp/index.html

外国人在留総合インフォメーションセンター

　　電話　0570−013904（IP電話・PHS・海外からは03−5796−7112）

　　対応日・時間　平日　8：30〜17：15（年末年始を除く。）

　　窓口所在地　宮城県仙台市宮城野区五輪１−３−20

　　　　　　　　東京都港区港南５−５−30

　　　　　　　　神奈川県横浜市金沢区鳥浜町10−７

　　　　　　　　愛知県名古屋市港区正保町５−18

　　　　　　　　大阪府大阪市住之江区南港北１−29−53

　　　　　　　　兵庫県神戸市中央区海岸通り29

　　　　　　　　広島県広島市中区上八丁堀２−31

　　　　　　　　福岡県福岡市中央区舞鶴３−５−25

　　URL　http://www.immi-moj.go.jp/info/index.html#sec_01

25. Sino ang Dapat Kausap Kapag May Problema Ka

Ang mga *technical intern trainees* at *specified skilled workers* (i) ay may *daily life advisors* at *support managers* at kanilang kumpanya, organisasyong nangangasiwa, o organisasyong sumusuporta na maaari nilang kausapin tuwing kailangan nila ng payo. Makipag-ugnayan sa kanila kung may anumang problemang maranasan.

Kung mayroon kang katanungan tungkol sa nawalang pasaporte o pagpapadala ng *technical intern trainees* at *specified skilled workers* pauwi sa kanilang bansa, makipag-ugnayan sa embahada o konsulade heneral ng iyong bansa sa Japan.

Ang mga organisasyon ng pamahalaan sa Japan ay nagbibigay din ng payo sa iba't ibang usapin. Ang sentro ng pangkalahatang konsultasyon ay makikita sa ibaba, ngunit tandaan na ang bawat isa ay kakaiba depende sa detalye ng iyong katanungan.

i **Mga katanungan tungkol sa pamamaraan ng imigrasyon at pananatili**

Website ng Ahensiya ng mga Serbisyong Pang-imigrasyon

URL http://www.immi-moj.go.jp/index.html

Sentro ng Kaalaman ukol sa Imigrasyon

Telepono 0570-013904 (03-5796-7112 sa IP phone, PHS, o mula sa labas ng bansa)

Mga oras ng pagpapalakad   Lunes hanggang Biyernes: 8:30-17:15

(maliban sa katapusan ng taon/ Bagong Taon)

Lokasyon

1-3-20 Gorin, Miyagino Ward, Sendai City, Miyagi Prefecture

5-5-30 Konan, Minato City, Tokyo

10-7 Torihama-cho, Kanazawa Ward, Yokohama City, Kanagawa Prefecture

5-18 Shoho-cho, Minato Ward, Nagoya City, Aichi Prefecture

1-29-53 Nanko Kita, Suminoe Ward, Osaka City, Osaka Prefecture

29 Kaigandori, Chuo Ward, Kobe City, Hyogo Prefecture

2-31 Kamihatchobori, Naka Ward, Hiroshima City, Hiroshima Prefecture

3-5-25 Maizuru, Chuo Ward, Fukuoka City, Fukuoka Prefecture

URL http://www.immi-moj.go.jp/info/index.html#sec_01

ii 技能実習生の母国語相談

外国人技能実習機構　母国語相談ホットライン

電話、対応日・時間およびURL（言語別）

① ベトナム語　0120-250-168　月～金　11：00-19：00
https://www.support.otit.go.jp/soudan/vi/

② 中国語　0120-250-169　月・水・金　11：00-19：00
https://www.support.otit.go.jp/soudan/cn/

③ インドネシア語　0120-250-192　火・木　11：00-19：00
https://www.support.otit.go.jp/soudan/id/

④ フィリピン語　0120-250-197　火・土　11：00-19：00
https://www.support.otit.go.jp/soudan/phi/

⑤ 英語　0120-250-147　火・土　11：00-19：00
https://www.support.otit.go.jp/soudan/en/

⑥ タイ語　0120-250-198　木・土　11：00-19：00
https://www.support.otit.go.jp/soudan/th/

⑦ カンボジア語　0120-250-366　木　11：00-19：00
https://www.support.otit.go.jp/soudan/kh/

⑧ ミャンマー語　0120-250-302　金　11：00-19：00
https://www.support.otit.go.jp/soudan/mm/

手紙送付先　東京都港区海岸３-９-15　LOOP-X　３階
　　　　　　外国人技能実習機構　技能実習部援助課

---

ii Suporta sa sariling wika para sa mga *technical intern trainees*

Organization for Technical Intern Training – Hotline para sa Konsultasyon sa Sariling Wika

Telepono, oras ng pagpapalakad, URL (bawat wika)

① Biyetnamis: 0120-250-168; Lunes - Biyernes: 11:00 – 19:00
https://www.support.otit.go.jp/soudan/vi/

② Intsik: 0120-250-169; Lunes, Miyerkules, at Biyernes: 11:00 – 19:00
https://www.support.otit.go.jp/soudan/cn/

③ Indonesiyan: 0120-250-192; Martes at Huwebes: 11:00 – 19:00
https://www.support.otit.go.jp/soudan/id/

④ Filipino: 0120-250-197; Martes at Sabado: 11:00 – 19:00
https://www.support.otit.go.jp/soudan/phi/

⑤ Ingles: 0120-250-147; Martes at Sabado: 11:00 – 19:00
https://www.support.otit.go.jp/soudan/en/

⑥ Thai: 0120-250-198; Huwebes at Sabado: 11:00 – 19:00
https://www.support.otit.go.jp/soudan/th/

⑦ Khmer: 0120-250-366; Huwebes: 11:00 – 19:00
https://www.support.otit.go.jp/soudan/kh/

⑧ Burmese: 0120-250-302; Biyernes: 11:00 – 19:00
https://www.support.otit.go.jp/soudan/mm/

Tirahan para sa mga sulat

LOOP-X Bldg. 3F, 3-9-15 Kaigan, Minato City, Tokyo

Support Division, Technical Intern Training Department, Organization for Technical Intern Training iii　法務省の人権相談

　　①　外国語人権相談ダイヤル

　　　電話　0570-090911（全国共通）

　　　対応日・時間　平日　9：00 ～ 17：00（年末年始を除く。）

　　　対応言語　英語、中国語、韓国語、フィリピン語、ポルトガル語、ベトナム語、
　　　　　　　　ネパール語、スペイン語、インドネシア語、タイ語

　　②　外国人のための人権相談所

　　　対応日・時間　平日　9：00 ～ 17：00（年末年始を除く。）

　　　対応言語　英語、中国語、韓国語、フィリピン語、ポルトガル語、ベトナム語、
　　　　　　　　ネパール語、スペイン語、インドネシア語、タイ語

　　　窓口所在地　全国の法務局・地方法務局の本局

　　　※　法務局所在地一覧　http://www.moj.go.jp/MINJI/minji10.html

　　　①②共通URL　http://www.moj.go.jp/JINKEN/index_soudan.html

iv　法的支援

　　法テラス多言語情報提供サービス

　　　電話　0570-078377（全国共通）

　　　対応日・時間　平日　9：00 ～ 17：00（祝日・年末年始を除く。）

　　　対応言語　英語、中国語、韓国語、スペイン語、ポルトガル語、ベトナム語、
　　　　　　　　タガログ語、ネパール語、タイ語

　　　URL　https://www.houterasu.or.jp/multilingual/index.html

v　厚生労働省の外国人労働者向け相談窓口（雇用に関すること・労働保険に関す
　　ることを含みます。）

　　外国人労働者向け相談ダイヤル

　　　電話、対応日・時間（言語別、全ての言語について 12：00 ～ 13：00 を除く）

　　　①　英語　　　　　0570-001701　月～金　　　10：00 ～ 15：00
　　　②　中国語　　　　0570-001702　月～金　　　10：00 ～ 15：00
　　　③　ポルトガル語　0570-001703　月～金　　　10：00 ～ 15：00
　　　④　スペイン語　　0570-001704　火・木・金　10：00 ～ 15：00
　　　⑤　タガログ語　　0570-001705　火～金　　　10：00 ～ 15：00
　　　⑥　ベトナム語　　0570-001706　水・金　　　10：00 ～ 15：00

iii Ministri ng Katarungan Konsultasyon ukol sa Karapatang Pantao

① *Hotline* para sa Karapatang Pantao sa Wikang Banyaga

Telepono   0570-090911 (saanman sa Japan)

Mga oras ng pamamalakad   Lunes hanggang Biyernes   9:00-17:00
(maliban sa katapusan ng taon / Bagong Taon)

Magagamit na wika   Ingles, Intsik, Koreano, Filipino, Portuges, Biyetnamis, Nepali, Espanyol, Indonesiyan, Thai

② Konsultasyon ukol sa karapatang pantao para sa mga dayuhan

Mga oras ng pamamalakad   Lunes hanggang Biyernes   9:00-17:00
(maliban sa katapusan ng taon / Bagong Taon)

Magagamit na wika   Ingles, Intsik, Koreano, Filipino, Portuges, Biyetnamis, Nepali, Espanyol, Indonesiyan, Thai

Lokasyon   Kawanihan ng Pambansang Ligal na Usapin at punong-tanggapan ng Kawanihan ng Pampook na Ligal na Usapin

*Listahan ng mga lokasyon ng Kawanihan ng Ligal na Usapin

http://www.moj.go.jp/MINJI/minji10.html

URL para sa ① at ②   http://www.moj.go.jp/JINKEN/index_soudan.html

iv Suportang Legal

Houterasu *Japan Legal Support Center multi-language information service*

Telepono   0570-078377 (pareho saanman sa Japan)

Mga oras ng pamamalakad   Lunes hanggang Biyernes   9:00 – 17:00
(maliban sa katapusan ng taon/Bagong Taon)

Magagamit na wika   Ingles, Intsik, Koreano, Espanyol, Portuges, Biyetnamis, Filipino, Nepali, Thai

URL   https://www.houterasu.or.jp/multilingual/index.html

v Sentro ng Konsultasyon sa Ministri ng Kalusugan, Paggawa at Kapakanan para sa mga dayuhang manggagawa

Hotline ng Konsultasyon para sa mga Dayuhang Manggagawa

Telepono, mga oras ng pagpapalakad (bawat wika, maliban sa 12:00-13:00 para sa lahat ng wika)

①	Ingles	0570-001701	Lunes – Biyernes	10:00 – 15:00
②	Intsik	0570-001702	Lunes – Biyernes	10:00 – 15:00
③	Portuges	0570-001703	Lunes - Biyernes	10:00 – 15:00
④	Espanyol	0570-001704	Martes, Huwebes, at Biyernes	10:00 – 15:00
⑤	Filipino	0570-001705	Martes – Biyernes	10:00 – 15:00
⑥	Biyetnamis	0570-001706	Miyerkules at Biyernes	10:00 – 15:00

⑦　ミャンマー語　0570−001707　月・水　　　　10：00〜15：00

⑧　ネパール語　　0570−001708　火・木　　　　10：00〜15：00

労働条件相談ほっとライン（通話料無料）

対応時間　平日（月〜金）　17：00〜22：00　土・日・祝日　9：00〜21：00

電話、対応日（言語別）

①日本語　　　　　　毎日　　　　　　0120−811−610

②英語　　　　　　　毎日　　　　　　0120−004−008

③中国語　　　　　　毎日　　　　　　0120−150−520

④ポルトガル語　　　毎日　　　　　　0120−290−922

⑤スペイン語　　　　火・木・金・土　0120−336−230

⑥タガログ語　　　　火・水・土　　　0120−400−166

⑦ベトナム語　　　　水・金・土　　　0120−558−815

⑧ミャンマー語　　　水・日　　　　　0120−662−700

⑨ネパール語　　　　水・日　　　　　0120−750−880

外国人労働者相談コーナー

（以下のURLから所在地・対応日・時間・対応言語をご確認ください）

URL　https://www.check-roudou.mhlw.go.jp/soudan/foreigner.html

vi　外務省の駐日外国公館案内

駐日外国公館リスト　目次

URL　https://www.mofa.go.jp/mofaj/link/emblist/index.html

駐日外国公館ホームページ一覧

URL　https://www.mofa.go.jp/mofaj/link/embassy/index.html

vii　外国人向けの生活支援サイト

法務省　外国人生活支援ポータルサイト

URL　http://www.moj.go.jp/nyuukokukanri/kouhou/nyuukokukanri10_00055.html

⑦	Burmese	0570-001707	Lunes at Miyerkules	10:00 – 15:00
⑧	Nepali	0570-001708	Martes at Huwebes	10:00 – 15:00

Hotline para sa Payo tungkol sa mga Pamantayan sa Paggawa (libreng tawag)

Mga oras ng pamamalakad Lunes hanggang Biyernes: 17:00 – 22:00

Sabado at Linggo/Araw ng Pangilin : 9:00 – 21:00

Telepono, mga oras ng pagpapalakad (bawat wika)

① Nihongo	Araw-araw	0120-811-610
② Ingles	Araw-araw	0120-004-008
③ Intsik	Araw-araw	0120-150-520
④ Portuges	Araw-araw	0120-290-922
⑤ Espanyol	Martes, Huwebes, Biyernes, at Sabado	0120-336-230
⑥ Filipino	Martes, Miyerkules, at Sabado	0120-400-166
⑦ Biyetnamis	Miyerkules, Biyernes, at Sabado	0120-558-815
⑧ Burmese	Miyerkules at Linggo	0120-662-700
⑨ Nepali	Miyerkules at Linggo	0120-750-880

Panulukan ng Konsultasyon para sa mga Dayuhang Manggagawa

(Ang mga lokasyon, oras ng pagpapalakad, at magagamit na wika ay makikita sa pamamagitan ng pagpunta sa sumusunod na URL)

URL https://www.check-roudou.mhlw.go.jp/soudan/foreigner.html

vi Delegasyon para sa mga dayuhan mula sa Ministri ng Ugnayang Panlabas sa Japan

Listahan ng mga delegasyon para sa mga dayuhan sa Japan - Nilalaman

URL https://www.mofa.go.jp/mofaj/link/emblist/index.html

Listahan ng mga website para sa mga delegasyon para sa mga dayuhan sa Japan

URL https://www.mofa.go.jp/mofaj/link/embassy/index.html

vii Mga website ukol sa pang-araw-araw na pamumuhay para sa mga dayuhan

Ministri ng Katarungan – Pang-araw-araw na pamumuhay para sa mga Dayuhan

URL http://www.moj.go.jp/nyuukokukanri/kouhou/nyuukokukanri10_00055.html

〔主な病気症状の用語〕

（1）　貧血
（2）　腰痛症
（3）　慢性副鼻腔炎
（4）　アレルギー性鼻炎
（5）　肺炎
（6）　インフルエンザ
（7）　慢性気管支炎
（8）　喘息
（9）　胃および十二指腸潰瘍
（10）　胃炎および十二指腸炎
（11）　虫垂炎
（12）　肝硬変
（13）　慢性肝炎
（14）　胆石症および胆のう症
（15）　腎炎およびネフローゼ
（16）　腎不全
（17）　腸管感染症
（18）　結核
（19）　てんかん
（20）　躁うつ病
（21）　神経症
（22）　アルコール依存
（23）　高血圧性疾患
（24）　虚血性心疾患
（25）　甲状腺の疾患
（26）　糖尿病
（27）　痛風
（28）　白内障
（29）　結膜炎
（30）　中耳炎
（31）　骨折
（32）　熱傷

〔患部別　症状の説明の例〕

頭

（1）　頭が少し痛みます。
（2）　頭が痛くて我慢ができません。
（3）　頭が圧迫されるように痛みます。
（4）　頭のこの部分が特に痛みます。
（5）　頭がズキズキ脈を打つように痛みます。
（6）　頭が重く感じます。
（7）　のぼせたような気分です。
（8）　周囲のものがグルグル回るようです。
（9）　雲の上を歩いているようなフワフワした感じがします。
（10）　立っていると倒れそうな感じがします。

Karagdagan — Mga kapaki-pakinabang na pahayag sa ospital

(Mga salitang nagpapaliwanag ng mga sintomas ng mga pangkaraniwang sakit)

(1) Anemya

(2) Karamdaman sa likod

(3) Talamak na sinusitis

(4) Alerdyi (sipon; pamamaga ng lamad sa loob ng ilong)

(5) Pulmonya

(6) Trangkaso

(7) Talamak na bronkitis

(8) Hika

(9) Ulser sa sikmura at maliit na bituka

(10) Pamamaga ng sikmura at maliit na bituka

(11) Apendisitis

(12) Sakit sa atay

(13) Talamak na sakit sa atay

(14) Bato sa apdo at pantog

(15) Pamamaga ng bato at sakit sa bato

(16) Panghihina ng bato

(17) Impeksiyon sa bituka

(18) Tubekulosis

(19) Epilepsi

(20) Sakit sa pag-iisip (o damdamin)

(21) Sakit sa nerbiyos

(22) Sakit sa alak

(23) Mataas na presyon ng dugo

(24) Sakit sa puso

(25) Sakit sa teroydeo

(26) Diyabetes

(27) Gawt

(28) Katarak

(29) Pamumula ng mata

(30) Impeksyon sa loob ng tenga

(31) Bali/Pilay

(32) Paso

(Mga halimbawa ng paliwanag ng sintomas sa bahagi ng katawan)

(1) Medyo masakit ang ulo ko.

(2) Hindi ko matiis ang sakit ng ulo ko.

(3) Parang binibiyak ang ulo ko sa sakit.

(4) Masakit ang ulo ko lalo na sa bahaging ito.

(5) Pumipintig ang sakit ng ulo ko.

(6) Mabigat ang aking ulo.

(7) Ramdam kong umaakyat ang dugo sa aking ulo.

(8) Nahihilo ako.

(9) Parang naglalakad ako sa hangin, nang mabuway ang pakiramdam.

(10) Kapag nakatayo, parang matutumba ang pakiramdam ko.

目

(1) 目の中に何かが入ったような異物感があります。

(2) 目を閉じるとまぶたがズンと痛みます。

(3) 目がチクチクします。

(4) 目の奥に重苦しい痛みを感じます。

(5) 目のまわりがかゆいんです。

(6) 目の中がかゆくてたまりません。

(7) 目が疲れます。

(8) 目がチカチカします。

(9) 目が充血しています。

(10) 視力がだんだん落ちてきたようです。

(11) 目がかすんでみえます。

(12) 遠くのものがぼやけてみえます。

(13) 物が二重にみえます。

(14) 目がチラチラしてあけていられません。

(15) 朝起きたときに目やにがたくさんでています。

(16) さか睫毛で目が痛みます。

(17) 色の区別がつきません。

(18) 目がくらんでめまいがします。

(19) コンタクトレンズがとれなくなりました。

(20) 夜になると目が見えません。

耳と鼻

(1) ひどく耳が痛みます。

(2) 耳が炎症を起こしているようです。

(3) 鼻をかむと耳がキーンとひびきます。

(4) 物を噛むと耳が痛いです。

(5) 物がふれただけで痛みます。

(6) 耳の中がゴロゴロします。

(7) 耳だれがでます。（右・左）

(8) 耳鳴りがします。（右・左）

(9) 人の話が聞き取りにくいです。

209

(Mata)

(1) Pakiramdam ko ay may kung anong bagay sa aking (mga) mata.

(2) May matinding sakit sa ilalim ng talukap ng aking (mga) mata kapag ako ay nakapikit.

(3) Nananakit ang aking mga mata.

(4) May mabigat akong pakiramdam sa likod ng aking mata.

(5) Makati ang paligid ng aking (mga) mata.

(6) Hindi ko matiis ang kati sa loob ng aking (mga) talukap,

(7) Parang pagod ang pakiramdam ng mga mata ko.

(8) Parang may kumikislap ang pakiramdam ng mga mata ko.

(9) Namumula ang aking mga mata.

(10) Nagsisimula nang lumabo ang aking paningin.

(11) Mahina na ang paningin ko.

(12) Hindi ko makita ang mga bagay na malayo sa akin.

(13) Doble ang paningin ko.

(14) Nanlalabo ang aking mga mata nang hindi ko maimulat nang matagal.

(15) Maraming muta sa aking mga mata pagkagising.

(16) Masakit ang mga mata ko dahil may pilikmatang tumutubo paloob.

(17) Hindi ko makita ang pagkakaiba ng mga kulay.

(18) Nalulula ako.

(19) Hindi ko maalis ang contact lenses ko.

(20) Bulag ako sa gabi.

(Tenga at Ilong)

(1) May matinding sakit sa loob ng aking (mga) tenga.

(2) Sa palagay ko ay may impeksiyon ako sa tenga.

(3) Kapag sumisinga ako, parang may tumutunog sa loob ng mga tenga ko.

(4) Sumasakit ang mga tenga ko kapag ngumunguya.

(5) Sumasakit ang mga tenga ko kapag hinihipo ito.

(6) Parang may kung anong bagay sa loob ng (mga) tenga ko.

(7) May tumutulo sa kanang (kaliwang) tenga ko.

(8) May tumutunog sa kanang (kaliwang) tenga ko.

(9) Hindi ko masyadong marinig ang sinasabi ng mga tao.

（10）　耳の中に虫が入って取れません。

（11）　鼻がムズムズしてくしゃみが出ます。

（12）　続けざまにくしゃみが出ます。

（13）　鼻がつまります。

（14）　鼻血が出てとまりません。

（15）　かんでもかんでも鼻水がとまりません。

口と歯

（1）　口の中が乾燥してザラザラです。

（2）　口の中にははれものがあります。

（3）　歯が痛くて一晩中眠れません。

（4）　歯がシクシク痛みます。

（5）　この歯が痛くてたまりません。

（6）　歯ぐきがはれて歯を磨くと出血します。

（7）　歯がういたような感じがします。

（8）　歯ぐきがはれてとても痛みます。

（9）　歯を抜かずに応急処置だけして下さい。

（10）　歯の詰め物がとれてしまいました。

喉と首

（1）　咳をするたびに、喉がヒリヒリ痛みます。

（2）　唾を飲むときに喉が痛みます。

（3）　喉がいがらっぽいです。

（4）　痰が喉にからんで不快です。

（5）　声がかすれてきます。

（6）　喉に魚の骨がつかえてとれません。

（7）　血の混じった痰が出ます。

（8）　咳がひっきりなしに出てとまりません。

（9）　寝違えて首が痛くて回りません。

（10）　むち打ち症になったようです。

肩と胸

（1）　肩がこります。

(10) Hindi ko makuha ang insekto sa loob ng tenga ko.

(11) Makati ang ilong ko, at nababahin ako.

(12) Bumabahin ako ng sunod-sunod.

(13) Barado ang ilong ko.

(14) Ayaw tumigil ang pagdurugo ng ilong ko.

(15) Paulit-ulit akong sumisinga, pero hindi humihinto ang aking sipon.

(Bibig at Ngipin)

(1) Nanunuyo at magaspang ang pakiramdam ng bibig ko.

(2) May namamaga sa loob ng bibig ko.

(3) Hindi ako makatulog dahil sa tindi ng sakit ng ngipin ko.

(4) Ayaw gumaling ng sakit ng ngipin ko.

(5) Hindi ko matiis ang sakit ng ngiping ito.

(6) Namamaga ang aking gilagid, at nagdurugo ito pag nagsisipilyo ako.

(7) Parang umaalog ang mga ngipin ko.

(8) Namamaga ang gilagid ko, at napakasakit.

(9) Gusto ko ng pangunang lunas. Mas gusto kong huwag mo akong bunutan ng ngipin.

(10) May natanggal na pasta sa ngipin ko.

(Lalamunan at Leeg)

(1) Sumasakit ang lalamunan ko tuwing umuubo.

(2) Sumasakit ang lalamunan ko kapag lumulunok.

(3) Makati ang lalamunan ko.

(4) Nakadikit ang plema sa lalamunan ko, at hindi ito kaaya-aya.

(5) Nagiging malat ang boses ko.

(6) Hindi ko matanggal ang tinik ng isda sa lalamunan ko.

(7) Umuubo ako ng madugong plema.

(8) Walang tigil ang aking ubo, hindi ko ito mapigil.

(9) May masakit sa aking leeg. Baka mali ang pwesto ko sa pagtulog.

(10) Parang naalog ang leeg ko.

(Balikat at Dibdib)

(1) Naninigas ang leeg ko.

（２）　転んでから、関節が痛みます。

（３）　胸が苦しく圧迫感があります。

（４）　呼吸が苦しく息がしにくいです。

（５）　胸やけがします。

（６）　ムカムカして吐き気がします。

（７）　私はぜんそくの持病があります。

（８）　心臓がしめつけられるように痛みます。

（９）　心臓の動悸がします。

（10）　脈の乱れを感じます。

胃、腹、背

（１）　胃に鈍痛があります。

（２）　胃のあたりが締めつけられるように痛みます。

（３）　胃の調子がよくないのです。

（４）　食欲が全くありません。

（５）　胃が重い感じがします。

（６）　何も食べていないのに胃もたれ感があります。

（７）　耐え難い腹痛がします。

（８）　鈍い腹痛がします。

（９）　お腹が突然痛み出しました。

（10）　お腹が痛くて吐き気もします。

（11）　腹部全体がキューと絞られるように痛みます。

（12）　みぞおちが痛みます。

（13）　食後に上腹部が痛みます。

（14）　空腹時に上腹部が痛みます。

（15）　脇腹がシクシク痛みます。

（16）　持続する痛みが腹部にあります。

（17）　下腹部が痛みます。

（18）　右下腹部が耐え難く痛みます。

（19）　からだを折り曲げたくなるように痛みます。

（20）　手で押さえたいような痛みがあります。

（21）　お腹の痛みがグルグル回っています。

(2) Nadulas ako, at masasakit ang mga kasukasuan ko.

(3) Parang may mabigat sa dibdib ko.

(4) Hindi ako makahinga.

(5) Nangangasim ang sikmura ko.

(6) Para akong masusuka.

(7) May hika ako.

(8) Parang nagsisikip ang dibdib ko.

(9) Kumakabog ang puso ko.

(10) Hindi regular ang pulso ko.

(Sikmura, Puson, at Likod)

(1) Makirot ang sikmura ko.

(2) Ang pakiramdan ng sikmura ko ay parang tinutulak paloob.

(3) Masakit ang sikmura ko.

(4) Wala akong kagana-ganang kumain.

(5) Mabigat ang pakiramdam ng sikmura ko.

(6) Mabigat ang pakiramdam ng sikmura ko kahit walang laman ito.

(7) Hindi ko matiis ang sakit ng aking sikmura.

(8) May makirot sa aking sikmura.

(9) Biglang bigla na lang akong nakaramdam ng sakit sa aking sikmura.

(10) Masakit ang aking sikmura at naduduwal ako.

(11) Biglang kirot ang buong sikmura ko, na parang pinipiga.

(12) Masakit ang sikmura ko.

(13) Masakit ang itaas na bahagi ng sikmura ko pagkakain.

(14) May masakit sa bandang itaas ng sikmura ko kapag nagugutom.

(15) May nanggagalaiting sakit sa aking tagiliran.

(16) May tuloy-tuloy na sakit sa aking sikmura.

(17) May masakit sa aking puson.

(18) May matinding sakit sa kanang bahagi ng aking puson.

(19) Namimilipit ako sa sakit nito.

(20) Natutumbok ko kung saan nagmumula ang sakit.

(21) Parang palipat-lipat ang sakit sa iba't-ibang bahagi ng aking tiyan.

（22）　お腹_{なか}にガスがたまります。

（23）　お腹_{なか}がグーグーなります。

（24）　お腹_{なか}をこわしました。

（25）　消化不良_{しょうかふりょう}です。

（26）　お腹_{なか}がゴロゴロします。

（27）　ちょっと下痢気味_{げりぎみ}なんです。

（28）　便秘気味_{べんぴぎみ}です。

（29）　背中_{せなか}のうしろに鈍痛_{どんつう}があります。

（30）　背中_{せなか}に発疹_{はっしん}ができて、かゆくてたまりません。

腰_{こし}

（１）　急_{きゅう}に腰_{こし}が激_{はげ}しく痛_{いた}み出_だしたのです。

（２）　坐_{すわ}る時_{とき}に腰_{こし}がズキンと痛_{いた}みます。

（３）　足_{あし}の先_{さき}にしびれを感_{かん}じます。

（４）　腰_{こし}が痛_{いた}くて歩_{ある}けません。

手_て・足_{あし}・関節_{かんせつ}

（１）　神経痛_{しんけいつう}で手足_{てあし}が痛_{いた}みます。

（２）　手足_{てあし}がしびれています。

（３）　足_{あし}がむくんでいます。

（４）　足_{あし}のこむら返_{がえ}りで痛_{いた}くてたまりません。

（５）　足首_{あしくび}をくじきました。

（６）　足_{あし}を踏_ふみちがえたとき、捻挫_{ねんざ}したようです。

（７）　つまづいて足_{あし}の骨_{ほね}が折_おれたようです。

（８）　虫_{むし}にさされてかゆいです。

（９）　やけどをしました。

（10）　とげが深_{ふか}く刺_ささってとれません。

（11）　この傷口_{きずぐち}がズキズキと痛_{いた}みます。

（12）　身体_{しんたい}の節々_{ふしぶし}が痛_{いた}みます。

（13）　歩_{ある}く時_{とき}に股_{また}の関節_{かんせつ}が痛_{いた}みます。

（14）　腕_{うで}が痛_{いた}くて上手_{じょうず}にあげられません。

（15）　リウマチが持病_{じびょう}なのです。

(22) May kabag ako.

(23) Kumakalam ang aking sikmura.

(24) Nagtatae ako.

(25) Hindi ako natunawan.

(26) Parang kumukulo ang aking sikmura.

(27) Medyo nagtatae ako.

(28) Medyo hindi ako mapatae.

(29) May bahagyang sakit sa aking likod.

(30) May napakakating galis sa aking likod.

(Bewang)

(1) Biglang sumakit ang bahagi ng puson ko.

(2) May matalim na sakit sa likod ko kapag umuupo.

(3) Namamanhid ang mga daliri ko sa paa.

(4) Hindi ako makalakad sa sobrang sakit ng likod ko.

(Kamay, Paa, at Kasukasuan)

(1) Masasakit ang mga braso (paa) ko dahil sa neuralhiya (sakit sa ugat).

(2) Namamanhid ang aking mga braso (paa).

(3) Namamanas ang mga binti ko.

(4) Namumulikat ang binti ko, ay napakasakit nito.

(5) Napilay ang bukong-bukong ko.

(6) Siguro napilay ito nung natapilok ako.

(7) Nadulas ako at nabalian ng binti.

(8) Nakagat ako ng insekto, at napakakati nito.

(9) Napaso ako.

(10) Napakalalim ng salubsob at ayaw lumabas nito.

(11) Tumitibok ang sakit.

(12) Halos lahat ng kasukasuan ko ay masakit.

(13) Masakit ang balakang ko kapag naglalakad.

(14) Hindi ko maitaas ang mga braso ko sa sobrang sakit.

(15) May rayuma ako.

泌尿器

（1）持病の痔が痛みます。

（2）座る時におしりがあたって痛みます。

（3）排便の都度、大量の血が出ます。（血便）

（4）肛門より少しですが出血します。

（5）肛門のまわりがかゆくて仕方ありません。

（6）お尻におできができました。

（7）３日も便秘が続いています。

（8）尿が近いです。

（9）尿の量が多いです。

（10）排尿時に尿道がすごく痛みます。

（11）排尿の終わりに痛みます。

（12）血尿がでてびっくりしました。

（13）尿の出がわるいです。

（14）尿が全く出ず、下腹部が苦しいです。

（15）膀胱のあたりが痛みます。

（16）性器から出血します。

（17）陰部が炎症を起こしています。

（18）生理が不順です。

（19）おりものがひどいのです。

（20）肛門に激しい痛みを感じます。

肉体面

（1）熱が＿＿＿＿＿＿度あります。

（2）急に高熱が出ました。

（3）微熱が続いています。

（4）頭が割れるように痛みます。

（5）風邪気味で寒気がします。

（6）胸がゼーゼーします。

（7）ゲップがたくさんでます。

（8）どす黒い血を吐きました。（吐血）

（9）真っ赤な血を吐きました。（喀血）

(Mga Bahagi ng Katawan sa Pag-ihi)

(1) May talamak na almoranas ako, at sumusumpong ito.

(2) Masakit ang puwet ko kapag nakaupo.

(3) Maraming dugo ang kasama kapag dumudumi ako.

(4) May kaunting dugo sa butas ng puwit ko.

(5) Makati ang paligid ng butas ng puwit ko.

(6) May pigsa ako sa puwit.

(7) Tatlong araw na akong hindi matae.

(8) Madalas akong umihi.

(9) Madami akong umihi.

(10) Masakit ang yuritra (daanan ng ihi) ko kapag umiihi ako.

(11) May sakit akong nararamdaman kapag patapos na akong umihi.

(12) Nagulat ako sa nakita kong dugo sa aking ihi.

(13) Nahihirapang akong umihi.

(14) Hindi ako maihi kahit kaunti at masakit ang aking puson.

(15) Masakit ang bandang pantog ko.

(16) Nagdurugo ang ari ko.

(17) Namamaga ang ari ko.

(18) May problema ako sa aking regla.

(19) May napakaraming lumabas mula sa matris ko.

(20) Napakasakit ng butas ng puwit ko.

(Kondisyon ng katawan)

(1) May lagnat akong (   ) digris.

(2) Biglang tumaas ang lagnat ko.

(3) Medyo matagal na akong may sinat.

(4) Parang binibiyak ang ulo ko sa sakit.

(5) Medyo may sipon ako, at nanlalamig ako.

(6) Humuhuni ang aking paghinga.

(7) Madalas akong dumighay.

(8) Nagsuka ako ng maitim na dugo.

(9) Umubo ako ng matingkad na pulang plema.

(10) 血のまじった痰が出ました。

(11) 食べたものを全部もどしてしまうのです。

(12) 胃ケイレンをおこしました。

(13) 何度も我慢できない痛みがあります。(下腹、右腹、左腹)

(14) 下痢がひどいです。

(15) 食欲がありません。

(16) 貧血がひどいのです。

(17) 疲労感があります。

(18) ひきつけを起こしています。

(19) 体中に発疹がでてきました。

(20) 身体がむくんでいる感じです。

精神面

(1) イライラして落ち着きません。

(2) 幻覚症状をきたしています。

(3) 幻聴があります。

(4) 気分がめいって憂うつです。

(5) 打ちひしがれて不安な気分です。

(6) 夜中にたびたび目を覚まします。

(7) 不眠症で悩んでいます。

(8) 非常に緊張して発汗がひどいです。

(9) 小さなことが気になって仕方ありません。

(10) むしゃくしゃします。

(11) 倦怠感があります。

(12) 不愉快ですぐカッとなります。

(13) 神経が非常に高ぶっています。

(注) 巻末資料の「病院で使う言葉」は、(株)日本商工経済研究書発行の「海外トラベル・トラブル事典」より、発行者・監修者(村田純一郎氏／保健同人事業団附属診療所長)、著者(菅原勉氏／上智大学外国語学部教授)の許可を得て部分転載したもの。

(10) May dugo sa aking plema.

(11) Isinusuka ko ang lahat ng kinain ko.

(12) Naninigas ang aking tiyan.

(13) Hindi ko matiis ang sakit sa aking (puson, kanang bahagi, kaliwang bahagi).

(14) Matindi ang aking pagtatae.

(15) Wala akong ganang kumain.

(16) Matindi ang aking anemya.

(17) Pagod na pagod ang pakiramdam ko.

(18) Siya ay may kombulsiyon.

(19) Maraming pigsa sa buong katawan ko.

(20) Parang namamaga ang buong katawan ko.

(Pagkabalisa sa kaisipan)

(1) Nabigo ako at hindi komportable.

(2) May nakikita ako sa guniguni.

(3) May naririnig ako sa guniguni.

(4) Lubha akong nalulumbay.

(5) Puspos ako ng pagkabalisa.

(6) Madalas akong magising sa gabi.

(7) May insomya ako. (Hindi ako makatulog.)

(8) Ninenerbiyos ako, at pinagpapawisan nang todo.

(9) Hindi ko maalis sa isipan ang maliliit na alalahanin ko.

(10) Walang kasiya-siya ang pakiramdam ko.

(11) Matamlay ang pakiramdam ko.

(12) Napakamainisin ko at mabilis uminit ang aking ulo.

(13) Sobrang nerbiyos ang pakiramdam ko.

(Tandaan) Ang karagdagang "Mga kapaki-pakinabang na pahayag sa ospital" na ito ay kinopya mula sa "Kaigai Travel/Trouble Jiten (published by the Japan Institute Of Commerce, Industry & Economics, LTD.)" nang may pahintulot mula sa naglathala, namamahalang patnugot Junichiro Murata, Director, Hoken Dohjin Zigyoudan Clinic, at may akda Tsutomu Sugawara, Propesor, Kagawaran ng Pag-aaral sa Ibang Bansa, Unibersidad ng Sophia.

備忘録

氏名	
住所	
国籍	
監理団体名	
住所	
電話	
FAX	
担当者名	
所属機関名	
所属機関住所	
担当部署名	
電話	
FAX	
技能実習指導員名	
生活指導員／ 支援担当者名	
支援機関名	
住所	
電話	
FAX	
支援担当者名	

Personal na Impormasyon

Pangalan:
Tirahan:
Nasyonalidad:
Nangangasiwang organisasyon:
Tirahan:
Telepono:
FAX:
Taong namumuno:
Pangalan ng kaakibat na organisasyon:
Tirahan ng kaakibat na organisasyon:
Pangalan ng kawanihan o departamento:
Telepono:
FAX:
Tagapagsanay sa technical intern:
Daily life advisor/ Pangalan ng *support manager*:
Pangalan ng tumutulong na organisasyon:
Tirahan:
Telepono:
FAX:
Pangalan ng *support manager*:

外国人技能実習生・特定技能外国人必携　日本の生活案内（フィリピン語版）

2016年10月	初版
2019年4月	改訂第2版
2021年3月	新訂初版
2023年3月	新訂初版2刷

発行　公益財団法人 国際人材協力機構 教材センター
〒108−0023　東京都港区芝浦2−11−5
五十嵐ビルディング11階
TEL：03−4306−1110
FAX：03−4306−1116
ホームページ　https://www.jitco.or.jp/
教材オンラインショップ　https://onlineshop.jitco.or.jp